I0717834

DÁNG XƯA

Tập truyện: **Điệp Mỹ Linh**

Trang bìa: **Lê Đình Thăng**

Trình bày nội dung: **Lê Hân**

Nhà xuất bản **Nhân Ảnh**

2020

ISBN: 9781989705148

Tập Truyện

Dáng Xưa

Điệp Mỹ Linh

Chia Ly Nghẹn Ngào

Đang kể tên các nghệ sĩ thuộc thập niên 60/70 để người bán hàng tìm trên computer, bà Lan chợt nghe ông Mỹ – sắp hàng sau bà – nhắc khẽ:

- Bà tìm những ca sĩ đó mà tại sao bà không tìm Ricky Nelson, Dean Martin, Frank Sinatra?

Bà Lan cười, nói với người bán hàng:

- Em làm ơn tìm giùm CD của các ca sĩ mà ông này vừa nhắc – nhất là Dean Martin.

Ông Mỹ phía sau lại tìm cách làm quen:

- Tại sao bà thích Dean Martin?

- Vì tôi thích tiếng Accordéon.

- Đúng. Bà có trí nhớ tốt.

- Cảm ơn ông.

Sau khi trả tiền, bà Lan cầm bao ny lông có mấy CD bên trong, đi ra cửa. Ông Mỹ vội rời hàng, bước theo, tự giới thiệu:

- Tôi là John Smith. Rất hân hạnh được gặp bà.

Bà Lan bắt tay John:

- Rất vui được gặp ông. Tên tôi là Lan.

- Bà mua những tác phẩm vang tiếng một thời, có lẽ bà chơi đàn, phải không ạ?

Bà Lan tránh câu trả lời:

- Ông nhớ tên nhiều nghệ sĩ hơn tôi, điều đó chứng tỏ ông là một người am hiểu nhiều về âm nhạc. Đúng không?

- Đúng. Làm thế nào tôi được hân hạnh đàn cho bà nghe?

- Cảm ơn ông. Ông chơi đàn gì?

- Piano.

- Tuyệt vời! Nhưng tôi có việc, phải đi. Xin lỗi.

Vừa bước theo bà Lan ra xe, John vừa hỏi:

- Thưa bà, tôi rất cần một phụ nữ cùng trang lứa với tôi để thỉnh thoảng đi nghe hòa nhạc. Bà có cho phép tôi…

John dừng lại, nhìn bà Lan với ánh nhìn trìu mến. Bà Lan đáp:

- Rất tiếc!

- Tại sao? Nếu bà là một phụ nữ có chồng thì tôi đã thấy nhẫn cưới trên ngón tay áp út nơi bàn tay trái của bà.

- Thưa ông, chồng tôi bị cộng sản Việt Nam nhốt tù từ năm 1975. Còn nhẫn cưới, tôi phải bán, lấy tiền mua gạo và vật dụng để mở quán cơm dĩa nơi ga xe lửa ở kinh tế mới!

- Chúa ơi! Sao xót xa đến thế!

Vừa nói *"Cảm ơn"* bà Lan vừa bấm nút để mở khóa

xe. John vừa mở cửa xe cho bà Lan vừa nói:

- Mong bà hiểu, tôi không còn ở lứa tuổi thanh xuân để bảo rằng mình bồng bột, bị "tiếng sét ái tình". Nhưng không hiểu tại sao chỉ mới gặp bà, tôi lại rất muốn làm quen với bà. Bà là một thiếu phụ đẹp, thông minh và quý phái.

- Cảm ơn ông. Nhưng xin lỗi, tôi phải đi.

- Vâng, chúc bà một buổi chiều tuyệt đẹp.

Lời chúc của John ngọt ngào như thế, nhưng trên đường lái xe về nhà, bà Lan lại cảm thấy tủi thân!

***

Sau khi ghé chung cư Woodlands Senior Independent Living thăm bà Lan, các con của Bà vội vàng giã từ Bà để kịp về đi chợ, đưa con đi tập bơi, học đàn, chơi basketball, v.v... Bà Lan cười nhưng bất chợt, nỗi buồn mênh mông cùng niềm cô đơn đậm đặc từ đâu ùa về, vây kín tâm hồn! Chờ hai chiếc SUV khuất ở khúc quanh, bà Lan mới quay vào chung cư.

Vừa đến cửa phòng, chợt nghe tiếng Piano dìu dặc trong tình khúc None But The Lonely Heart của Tschaikowsky, bà Lan thở dài, đi về hướng phát ra tiếng đàn.

Đến cửa phòng khánh tiết, thấy một phụ nữ ngoại quốc tóc bạc phơ đang say sưa đàn và người đàn ông tóc hói, ngồi trên xe lăn, gục đầu – không biết ông đang nghe nhạc hay là ông đang ngủ – bà Lan đứng lặng một chốc rồi trở về phòng.

Mở computer, sau khi login, thấy youtube có tựa hơi lạ – Anh Ở Đây – bà Lan mở ra. Tiếng acoustic guitar dạo phân đoạn đầu nghe trầm trầm rồi tiếng hát nghẹn ngào: *"Anh ở đây, bạn bè anh cũng ở đây. Áo rách xác xơ vai gầy, cùng chung kiếp sống lưu đầy. Anh ở đây, ngày ngày cơm chưa đầy chén... Toa liền toa, tầu đi trong ánh hoàng hôn, tiếp nối những dư âm buồn ...* ” *(1)* Tiếng hát vừa đến đây, màn ảnh computer chợt mờ nhạt!

Trong không gian nhạt nhòa vì nước mắt, bà Lan tưởng như có thể thấy lại hình dáng tàn tạ, đói khổ của Bà và các con ở kinh tế mới.

Chiều Thu năm 1976, bà Lan vừa gắp vài miếng dưa leo để vào dĩa cơm thịt nướng, chợt nghe Hưng – con trai của bà – đang hát khe khẽ nhại theo âm điệu bài Quốc ca: “*Đoàn quân cộng nô kia như một lũ chó. Chúng bây từ đâu mang điêu tàn vào Nam. Từ ngoài Bắc suốt kiếp chúng bây nghèo đói. Lết vào Nam vơ vét không ngừng tay...*” Bà Lan hãi quá, run tay, làm rớt mấy miếng dưa leo. Vừa khom xuống lượm mấy miếng dưa bà Lan vừa bảo:

- Hưng! Im đi, con! Ở tù đó, con!

- Bạn con hát thiếu gì. Hát mà cũng ở tù, kỳ thiệt!

Bà Lan ôm Hưng, giải thích rất ngắn gọn. Hưng xụ mặt, bưng dĩa cơm đến bên cửa sổ toa xe, mời hành khách. Một người đàn ông gầy gò từ cửa sổ toa xe chồm ra nói gì với Hưng rồi ông ấy nhìn bà Lan chăm chăm. Chỉ một chốc sau, ông này rời xe lửa, đi nhanh về phía bà Lan, hỏi nhỏ:

- Xin lỗi, phải chị là vợ của thiếu tá Hùng hay không?

- Ông là ai?

- Đúng rồi! Nghe giọng của chị, em nhận ra rồi.

- Xin lỗi, tôi không biết ông.

- Em là Năng, hồi đó ổng và chị đại diện nhà trai, cưới vợ cho em đó.

- Ô, trung úy Năng! Anh gầy và đen quá, tôi nhận không ra. Vợ con anh khỏe không?

- Cảm ơn chị, vợ con của em cũng lam lũ, cực nhọc như chị và mấy cháu vậy. Em thấy cậu bé bán cơm sao giống ổng quá, em hỏi, nó xác nhận. Thế là em rời xe lửa.

- Từ mấy năm qua Mẹ con tôi không được tin tức gì của ông ấy cả; không biết ổng còn sống hay không nữa!

- Chị chưa đi thăm ổng lần nào sao?

- Biết ổng ở đâu mà đi! Mẹ con tôi bị đuổi đi kính tế mới thì dù ổng có viết thư, nhắn tin về địa chỉ cũ, cũng chẳng ai biết tôi ở đâu mà đưa!

- Chuyện hơi dài. Chị bảo mấy cháu coi hàng, chị ngồi đây, em kể chị nghe.

Bà Lan vừa dặn ba đứa con vừa chỉ về phía Năng:

- Má phải nói chuyện với chú kia để tìm tin tức của Ba. Nếu hai chị của các con mót khoai, mót củi về sớm, các con nói hai chị phụ với các con, nha!

- Dạ. Con biết rồi.

Ngồi cạnh Năng, trên chiếc ghế nhựa thấp, bà Lan nghe Năng hỏi rất nhỏ:

- Trước khi đi "đăng ký" vào tù, thiếu tá có nói với chị điều gì hay không?

- Khi các cuộc rút quân từ vùng I bắt đầu, tôi thấy ông nhà tôi trở thành một người hoàn toàn khác! Sau khi Sài Gòn thất thủ rồi radio kêu gọi sĩ quan "Ngụy" đi "đăng ký", chính tôi khuyên ông ấy nên trình diện để được hợp thức hóa tình trạng "rã ngũ" của quân đội miền Nam. Ổng nhìn tôi, cười "nửa miệng", bảo: *Em lớn lên trong một xã hội tự do, nhân bản, đạo đức cho nên em dễ tin người. Còn anh, anh đã thấy cảnh ông bà Nội, ông bà Ngoại của anh bị ném đá đến chết trong thời cải cách ruộng đất; Bố Mợ cùng em của anh chết nát thây trên chuyến xe đò bị giật mìn ở Cái Sắn. Tuổi thơ của anh được vun bồi bằng ngần ấy thù hận thì không thể nào anh tha thứ cho những kẻ đã tạo nên những thảm cảnh đó!"*

- Chị có biết là ổng đã thành lập được một nhóm phục quốc khoảng trên dưới 30 người hay không?

- Trời!

- Trưa 28 tháng 04-1975, họp nhau tại văn phòng, sau khi nghe ổng trình bày, thuyết phục, tụi em, gồm thằng Nam, thằng Lành, thằng Hiếu, thiếu úy Phúc, trung úy Quốc, đại úy Đức, thiếu tá Dân đều đồng lòng theo ổng để làm "điều phi thường"!

- Trời! Rồi sao nữa, anh nói nhanh đi, tàu sắp chạy rồi.

- Dạ, không sao. Trễ chuyến này em đi chuyến sau. Em cố ý tìm chị mấy năm qua, nhưng quanh nhà chị chỉ toàn người từ Bắc vô không hà, không ai biết chị. Hôm nay bất ngờ gặp chị, em mừng lắm! Em chỉ muốn chị và mấy cháu biết rõ về ổng để được hãnh diện về ổng.

- Bây giờ ổng ở đâu, anh Năng?

- Ngày 05-05-1975, ổng giả vờ đi "đăng ký" học tập; thật ra ổng và tụi em đi ra Đồng Bò – mật khu cũ của Việt Cộng – trốn trên đó để chờ kết nạp với nhóm của ông Đặng Hữu Thân, Hải Quân, nhóm của anh Đức và nhóm của thầy Nguyễn Hữu Dưỡng.

Sau khi được tin ông Thân bị bắt, vì muốn tất cả rời Đồng Bò để khỏi bị bại lộ, ổng bảo Quốc và em đem tin đến thầy Dưỡng và anh Đức. Không ngờ trên đường đi, Quốc và em bị bắt. Quốc và em bị tụi CSVN tra khảo, đánh đập rất dã man. Nhưng Quốc – nhờ có võ – tránh né được. Biết Quốc có võ, tụi CSVN huy động bộ đội đông gấp mười để "dần nát thây" mà Quốc cũng vẫn không khai. Lần cuối cùng, bị tụi CSVN bảo lên văn phòng "làm việc", Quốc thấy một vệ binh mang súng ra cổng thay phiên gác. Chờ lúc tên quản giáo và tên vệ binh sơ ý, Quốc quật ngã tên vệ binh, cướp súng, bắn tên quản giáo còn tên vệ binh bỏ chạy. Quốc quay súng, để nòng súng dưới cằm, bấm "cò", chết!

- Trời! Tội quá!

- Riêng em, em vẫn không khai. Tụi CSVN cũng "dần" em "nhừ xương" rồi chuyển em về trại tù Nghĩa Phú. Em gặp lại thiếu tá Hùng tại đó…

Nói đến đây, Năng nghẹn lời! Nhìn chuyến xe lửa khuất dần cuối nẻo xa, Năng tưởng như có thể thấy lại hình ảnh lếch thết của ông Hùng vào những buổi chiều cùng đoàn tù trở về trại sau một ngày quần quật chặt cây, cưa gỗ để xây trại tù, tự nhốt mình!

Một buổi chiều, khi đoàn tù vừa về đến trại, Năng thấy toán vệ binh áp giải ông Hùng đến phòng quản giáo. Tên quản giáo đứng trước cửa, mắt lườm lườm, quát:

- Ai cho anh hát nhạc phản động, hả?

- Âm nhạc là một trong bảy bộ môn nghệ thuật; mà nghệ thuật thì chỉ có hay hoặc dở chứ nghệ thuật không phản động.

- Anh muốn "ný nuận" với tôi, hả? Anh có biết "nà" "noại" nhạc "năng" mạn/thương vay khóc mướn ấy nó "nàm" cho tâm hồn con người mềm yếu, mất sức sống hay không?

- Chính cộng sản các anh cũng muốn chúng tôi mềm yếu/mất sức sống mà!

- Này! Này! Để ông bảo cho biết, nhá! Các anh có bao giờ mạnh đâu mà bảo cộng sản chúng tôi muốn các anh yếu?

- Chúng tôi không mạnh tại sao các anh sợ chúng tôi?

- Ai bảo thế? Sợ cái gì?

- Các anh không sợ chúng tôi tại sao các anh ra thông cáo lừa gạt – đem theo tiền ăn cho 10 ngày – rồi nhốt chúng tôi mà không có bản án? Các anh không những sợ chúng tôi mà các anh còn sợ cả thương binh Việt Nam Cộng Hòa (V.N.C.H.). Thương binh đang còn điều trị trong bệnh viện mà ngày 30-04-1975 các anh cũng nhẫn tâm đuổi họ ra đường. Họ phải bò lê bò lết bên vệ đường, về nhà không có thuốc chữa trị, họ phải chết! Bức Tượng Thương Tiếc chỉ là biểu tượng của người Lính miền Nam thương nhớ đồng đội đã bị các anh giết mà các anh cũng sợ, vội đập bỏ. Nhạc miền Nam được người dân miền Bắc yêu thích, gọi là "nhạc vàng", các anh cũng sợ, cấm, không cho đàn/hát. Sách vở, báo chí miền Nam là kho tàng của văn học/lịch sử, thế mà các anh cũng đốt cả. Các anh không sợ tại sao các anh hủy diệt? Các anh dùng vũ khí của ai để giết chúng tôi và đồng bào miền Nam? Tụi lính, cố vấn Trung Cộng nhỏ thó, giống người Việt, các anh cho chúng nó mặc đồ giống các anh để ngụy tạo; còn tụi Nga da trắng, mũi cao, to con – khó ngụy trang – các anh cho tụi Nga đóng dọc biên giới để các anh ngụy biện là cộng sản các anh có chính nghĩa rồi các anh gán cho chúng tôi là lính đánh thuê! Cái hèn của các anh là ở chỗ đó!

- Mày là một tên "Ngụy" cực kỳ phản động! Vệ binh! Đấm vỡ mặt nó!

Ông Hùng bị đòn "hội chợ" trong khi mọi tù nhân cúi mặt! Khuya hôm đó, ông Hùng bị chuyển ra Bắc.

***

Nhờ người bạn giỏi âm nhạc viết bài Anh Ở Đây từ youtube thành bản nhạc có notes, chuyển đến bà bằng email, bà Lan rất vui. Sau khi in ra, viết lời ca vào, bà Lan đến phòng khánh tiết.

Nhìn bản nhạc và dạo qua vài lần, bà Lan bắt đầu vừa đàn vừa hát nho nhỏ. Theo tiếng đàn và giọng hát – không còn trong và thánh thót như xưa – của chính mình, bà Lan nhận ra niềm u uất và nỗi nhớ thương của bà dành cho người chồng còn biền biệt phương xa dâng lên ngập lòng rồi tràn ra khóe mắt. Khi hát đến câu:*"...Chiều Suối Máu xót xa buồn nhớ con. Tình thương em vẫn đong đầy khoé mắt. Chiều Long Giao sương mờ đêm u uất..."* (1) bà Lan tưởng như bà có thể cảm nhận được sự thương nhớ, sự oán than, sự đau khổ, niềm khóc hận đang xâu xé trái tim của những thành phần ưu tú của Quân Lực V.N.C.H. trong các trại tù của CSVN.

Đang đắm hồn vào lời ca, tiếng đàn, bà Lan chợt cảm biết dường như có người đang nhìn bà từ phía trên tấm màn nơi cửa sổ. Ngẩng mặt nhìn lên cửa sổ, bà Lan thấy một bóng người khuất nhanh sau bức tường. Nhìn đồng hồ, bà Lan nhận ra bà đã đàn/hát khá lâu, có lẽ có người đang chờ để được đàn. Bà Lan ngưng đàn.

Vừa mở cửa bước ra, bà Lan thấy một người đàn ông ngoại quốc đang ngồi lẻ loi. Bà Lan chưa kịp tỏ thái độ thân thiện thì người đàn ông vội đứng lên, giọng ngạc nhiên:

- Bà Lan! Có phải bà là Lan – người tôi đã gặp tại tiệm bán băng nhạc cách nay vài tuần – hay không?

- Hi, John! Thế giới nhỏ thật!

- Bà dời vào đây khi nào? Từ trước đến giờ tôi chưa hề thấy Bà ở đây.

- Cuối tuần trước.

- Thế thì từ nay tôi được nghe bà đàn.

- Có phải từ nãy giờ tôi đàn lâu quá, John phải chờ hay không?

- Không. Từ nãy giờ – qua giọng hát, tiếng đàn của bà – dù không hiểu tiếng Việt, tôi cũng cảm nhận được những giai điệu êm đềm, thiết tha nhưng mang nhiều u uất. Tiếng Bass của Piano như dội thẳng vào tâm thức u hoài, làm bừng sống trong tôi một thời khói lửa ngập trời tại Khê Sanh và các mặt trận dọc biên giới Lào Việt.

- Ô, ông đã từng tham chiến tại Việt Nam! Cảm ơn ông đã giúp chúng tôi chống lại Vi Ci.

- Thôi, quên hết đi để vui tuổi già!

- Vâng. Ông nói đúng.

- Mời bà ở lại, đàn, hát cho tôi nghe bài ấy một lần nữa. Please!

Hai người vào phòng khánh tiết. Bà Lan mở nắp Piano, để bản nhạc trên giá nhạc. John ngồi trên ghế, cạnh Piano. Bà Lan dạo phân đoạn đầu rồi "bắt" vào: *"Anh ở đây, bạn bè anh cũng ở đây..."* Khi tiếng hát nghẹn ngào như chan chứa nỗi xót xa đoài đoạn của bà Lan đến câu: *"...Ôi đời ta, ngờ đâu trăm đắng nghìn cay. Khúc săn bát ngô vơi đầy, sầu nuôi thân xác hao gầy.Bao ngày qua đợi chờ tin vui chẳng thấy, hận thù yêu thương còn đấy. Vui đành như cánh chim bay..."* John thấy hai hàng nước mắt chảy dọc cánh mũi thon của bà Lan. John đứng lên, bước đến, khom người, thì thầm:

- Cảm ơn nhiều. Nhưng xin bà dừng lại.

- Tại sao ông không muốn nghe nữa? Có lẽ, vì xúc động, tôi hát dở quá, phải không?

- Không. Lúc nào tôi cũng muốn nghe bà đàn và hát; nhưng tôi nhận ra sự vô tình của tôi đã "hành hạ" trái tim của bà!

Cả hai im lặng. Một chốc sau, John hỏi:

- Hôm trước bà bảo chồng của bà bị cầm tù. Thế tình trạng hiện tại của chồng bà như thế nào?

- Khi tôi còn ở kinh tế mới, một sĩ quan từng làm việc và ở tù chung trại với chồng tôi cho tôi hay rằng chồng tôi bị đánh đập rất tàn bạo. Sau đó, chồng tôi bị chuyển ra Bắc cho nên vị sĩ quan này không biết gì thêm.

- Bà có làm đơn khiếu nại với nhà cầm quyền hay không?

- CSVN chứ không phải xứ tự do dân chủ như Mỹ, Canada và các nước bên Châu Âu đâu mà xét đơn khiếu nại của dân. Nhà, đất, tài sản của dân, của nhà thờ, của chùa mà khi người CSVN muốn thì người CSVN cũng tịch thu rồi đuổi dân, đuổi tu sĩ đi thì CSVN xét đơn của dân để làm gì!

- Thật sao? Thế thì, trước khi sang Mỹ, bà có đến các trại tù của CSVN để tìm chồng bà hay không?

Như được dịp bộc lộ sự đau khổ tận cùng, bà Lan nói "một mạch" như đang thuyết trình:

- Ông có biết là sau 30-04-1975, CSVN đã tạo nên bao nhiêu địa điểm trắc trở, khắc nghiệt, hung hãng và tồi tệ nhất thế giới để nhốt sĩ quan và công chức V.N.C.H. hay không? Mỗi khi đến những địa điểm đó thì phải có giấy phép của CSVN cấp chứ không phải ai muốn đi thì đi. Muốn có giấy phép thì người xin giấy phép phải hối lộ tiền cho CSVN. Nhưng, ở kinh tế mới, bo bo và củ mì mà chúng tôi cũng không đủ ăn thì tiền ở đâu tôi có thể hối lộ CSVN để xin giấy phép và đi khắp các trại tù để tìm chồng? Đó là chưa kể tôi bỏ năm đứa con dại ở kinh tế mới cho ai?

John cúi mặt, đưa tay bóp trán, im lặng. Một chốc sau, John thở dài, hỏi:

– Bà còn giữ ý định tìm chồng của bà hay không?

– Bất cứ lúc nào tôi cũng mong được biết tin của chồng tôi.

– Tôi sẽ giúp bà. Tôi không dám hứa điều gì, nhưng tôi sẽ hết lòng. Bà cho tôi biết tên, họ, ngày, tháng, năm sinh và số quân của chồng bà. Ok!

– Ô, xin Phật/Chúa và các đấng thiêng liêng phù hộ ông! Trái tim của ông thật là vỹ đại!

***

Suốt thời gian hai gia đình sum họp, Hưng đề nghị sẽ ăn cơm tại nhà hàng để bà Lan, chị em của Hưng và Nở – vợ kế của ông Hùng – khỏi nhọc công. Bà Lan cố ý không đến gần và cũng không tỏ cử chỉ thân mật với ông Hùng. Nở luôn tìm cách lánh mặt bà Lan; chỉ có hai đứa con của Nở và ông Hùng thì lúc nào cũng chơi đùa vui vẻ với cháu nội, cháu ngoại của bà Lan; và Hưng thì không rời "Ba Hùng".

Thấy "Ba Hùng" chỉ dùng iPad, Hưng mua tặng "Ba Hùng" computer với màn hình khá rộng và một máy in. Sau khi chỉ cho ông Hùng cách thức xử dụng computer, Hưng nói:

- Từ nay, gặp trở ngại gì về computer, Ba gọi hoặc email cho "thằng Hưng của Ba" nè!

Ông Hùng nghẹn lời vì bốn tiếng "thằng Hưng của Ba". Hưng tiếp:

- Ba ngồi, thực hành đi. Con ra phụ dọn dẹp để chiều Má và tụi con ra phi trường.

Rời phòng, Hưng tìm bà Lan, khoe:

- Ba vui lắm. Tội nghiệp Ba!

- Cảm ơn con. Con chỉ cho Ba cách dùng chưa?

- Ba "smart" lắm, Má đừng lo!

Đang cùng con, dâu, rể cho áo quần vào va-ly, bà Lan chợt nghe tiếng ông Hùng cười vang "Ha…ha…ha…" Cả nhà ngạc nhiên, chạy đến cửa phòng computer, thấy ông Hùng vừa cười lớn vừa nói:

- "Con giun đánh lắm cũng quằn"! CSVN dù ngụy biện/dối trá/sắt máu bao nhiêu đi nữa mà khi lòng dân nhận ra được dã tâm của CSVN thì CSVN "chạy trời cũng không khỏi nắng"!

Hưng chẳng hiểu, vội hỏi:

- Ba đọc tin gì mà vui quá vậy, Ba?

- Lâu nay dùng iPad, mất công đưa tay "quẹt quẹt" cho nên Ba lười. Xem tin tức trên TV như CNN, Yahoo, Fox News thì chẳng có tin gì về Việt Nam. Bây giờ có computer, Ba xem tin Việt Nam và thấy tin "động Trời" cho nên Ba vui quá!

- Tin gì mà vui dữ vậy, Ba?

Nở nhìn bà Lan, tỏ vẻ không hiểu. Bà Lan chỉ cười nhẹ

trong khi ông Hùng giải thích:

- Trong một xã hội độc đảng như Việt Nam mà ngày 20-10-2018, trong khi tiếp xúc với cử tri tại quận II Sài Gòn, bà Nguyễn Thị Quyết Tâm – chủ tịch nhân dân thành phố Hồ Chí Minh – đã bị cô Nguyễn Thị Thùy Dương quăng chiếc giày của cô vào bà Tâm.

Giữa khi mọi người còn ngạc nhiên, ông Hùng tiếp:

- Cái này mới ghê! Ngày 14-09-2018, ông Nguyễn Văn Túc – thành viên của Hội Anh Em Dân Chủ – bị tòa án CSVN tại Thái Bình kết án 13 năm tù và 05 năm quản chế vì tội âm mưu lật đổ chính quyền thì ông Nguyễn Văn Túc nhìn quan tòa và nói *"Địt mẹ tòa!"*

Lúc này bà Lan mới lên tiếng:

- Em đã xem Youtube "Một trận mưa dép giành cho ông Trần Văn Tuân" – phó chánh án tòa án nhân dân tối cao, vào ngày 25-04-2017 – khi ông Tuân xin lỗi bị can Hàn Đức Long, người đã bị tuyên án tử hình oan!

Ông Hùng xác quyết:

- Nếu mỗi người dân Việt trong nước đều can đảm, dám tỏ thái độ để khẳng định lập trường của mình thì đảng CSVN sẽ không còn!

Nhìn đồng hồ tay, Hưng nhắc:

- Thôi, đi ăn, Ba. Tụi con đói bụng rồi.

***

Mang giày cho cháu xong, bà Lan chợt nghe tiếng hát văng vẳng: *"… Gọi người yêu dấu xa vời mà lòng lưu luyến bồi hồi. Ngày biệt ly đành nhớ nhau thôi khi chiều nhẹ rơi…"* (2) Bà Lan đến bên cửa sổ, nhìn về hướng có tiếng hát và thấy ông Hùng đang tựa gốc cây sồi, ánh mắt xa xăm, vừa nhìn về phương trời vô định vừa "ngân nga" nho nhỏ *"...Gọi người yêu dấu muôn đời, nghẹn ngào không nói thành lời. Tình yêu xưa ngày tháng phôi phai biết bao giờ nguôi..."* (3) Bà Lan thở dài, cúi mặt, quay vào nhà.

Thấy các con đem hành lý ra xe, ông Hùng vào nhà, giúp mọi người. Sau khi kiểm soát hành lý, Hưng bảo các con và cháu lần lượt "hug" ông Hùng, dì Nở và hai em. Bà Lan ôm hôn hai đứa con của Nở và ông Hùng rồi xoay sang ông Hùng – không "hug" – khẽ nói:

- Em và các con rất vui. Từ nay Bố con có thể liên lạc với nhau rồi.

- Em cho anh một phút để anh nói với em những gì cần phải nói.

Bà Lan rơm rớm nước mắt, cúi đầu. Ông Hùng tiếp:

- Anh cảm tạ em đã nuôi dạy các con nên người. Khi mới gặp lại nhau, các con chỉ muốn nghỉ lại tại "nhà Ba" chứ không muốn nghỉ tại khách sạn thì anh biết em đã giáo dục các con theo đạo lý của nền văn hóa Việt Nam thuần túy. Với một phụ nữ đẹp, có tài – như em – mà em cũng vẫn chung tình với anh thì em chính là Thiên Thần của anh. Anh cũng cảm ơn chị Hai đã bảo lãnh em và các con sang Mỹ; nếu không có chị Hai, không biết cuộc đời của các con có thoát được cảnh "xuất cảnh lao động" để con gái đi làm điểm, con trai đi ăn cắp hoặc buôn bán cần sa hay không!

Về phần anh, sau khi anh được CSVN thả ra, trở về chốn xưa với tấm thân tàn tạ, đầy bệnh tật và không nơi nương tựa thì chính Nở – cô gái bán bánh mì – đã cho anh từng ổ bánh mì. Thấy anh ngủ bờ, ngủ bụi, Nở đem cho anh cái mền cũ rồi Nở nhận vé số nơi chủ thầu cho anh đi bán. Lúc rảnh, anh dạy Nở học tiếng Anh. Khi làm đơn theo chương trình định cư cựu tù cải tạo (HO), anh đề nghị Nở cùng đi. Qua bên này, anh không đi làm được, vì già và mang nhiều thương tật. Nở làm móng tay để nuôi anh và hai đứa nhỏ…

Bà Lan tủi thân! Khi mới sang Mỹ, bà phải làm hai việc – toàn thời gian – và đi học lại! Mỗi đêm bà về nhà thì các con đã ngủ say. Các con của bà, đến lớp 12 đều vừa đi học vừa đi làm. Bà Lan buồn, nhưng không biết buồn ai và buồn vì cái gì, đành cắt lời ông Hùng:

- Ai cũng tưởng Mỹ là Thiên Đường! Nhưng muốn lên Thiên Đường thì phải…chết rồi mới lên Thiên Đường!

Bà Lan xoay sang, "hug" Nở và khẽ nói:

- Cảm ơn em đã giúp đỡ, thương yêu, lo lắng cho anh Hùng; nhờ vậy, anh Hùng mới sống được để gặp lại các con của anh ấy.

Nở xúc động, khóc ròng:

- Bộ chị "hổng" giận em sao?

- Không! Em là người ơn của Mẹ con chị.

Hưng bước đến:

- Sorry, Má, Aunty (Dì)! Má và tụi con phải đi kẻo trễ. Con sẽ gửi vé máy bay cho Ba, Aunty và hai em đến thăm Má và tụi con vào dịp Tết. Ok!

Ông Hùng bước theo Hưng và bà Lan ra xe. Bà Lan ngồi vào ghế bên phải của Hưng.

Hai chiếc xe Van từ từ chuyển bánh. Nhiều bàn tay vẫy vẫy và nhiều tiếng "bye, bye" hướng về phía ông Hùng. Trong khi kéo "seat belt", bà Lan nhìn vào kính bên phải, vẫn thấy ông Hùng đứng lặng nhìn theo. Nhìn dáng ông Hùng nhỏ dần…nhỏ dần…bà Lan tưởng như tiếng hát ngọt ngào của Whitney Houstonđangngân lên từ tâm thức của bà: *"… So good bye. Please don't cry… And I will always love you…" (4)*

1.- Anh Ở Đây của Vũ Đức Nghiêm & Thục Vũ.
2 & 3.- Gọi Người Yêu Dấu của Vũ Đức Nghiêm.
4.- I Will Always Love You của Dolly Parton

Chiều Tiễn Biệt

Trí nghiêng sang, nói nhỏ với Paul, bằng tiếng Anh:

- Con gắng học giỏi như anh Phúc, nha!

Paul nghiêng đầu vào cánh tay của Như Quỳnh – Mẹ của Paul – ngẩng nhìn Trí, cười. Trí kéo Paul về phía chàng, xoa tóc con và nhớ lại mẩu chuyện khó quên giữa Trí và Phúc, sau khi Như Quỳnh sinh Paul được vài tháng.

Mẩu chuyện khó quên đó xảy ra vào một sáng cuối tuần, Trí đang nhẩn nha vừa đọc báo vừa ăn sáng. Bất ngờ Phúc đến bên Trí, giọng buồn buồn:

- Dad! I know you don't like me as much as you like Paul!

Trí tròn mắt nhìn Phúc:

- Who told you that?

Phúc phát âm nửa Tây nửa Ta; vì Phúc học trường Notre Dame Des Missions từ bé:

- Nobody. I know, because you don't… đẻ me đó!

Trước nhận xét quá bất ngờ của Phúc, Trí có vẻ lúng túng, cũng đáp nửa Tây nửa Ta:

- I don't đẻ Paul either!

Phúc tròn mắt:

- Really?

- That's the truth! Women can đẻ, men can't.

- Then, how come you like Paul more than you like me?

Chợt cảm thấy tim chàng lỗi nhịp, Trí ôm Phúc:

- I do love you, Phúc…

Vừa nhớ đến đây, Trí chợt nghe tiếng vỗ tay và tiếng reo hò của phụ huynh tham dự lễ ra trường. Thấy Như Quỳnh và Paul đều cười và đưa cao tay vẫy vẫy, Trí nhìn về khu vực dành cho sinh viên tốt nghiệp, thấy Phúc đang tươi cười bước về phía sân khấu. Trí đưa hai tay vẫy vẫy, lòng cũng vui lây.

Như đã hẹn trước với Phúc, sau khi sinh viên cuối cùng nhận văn bằng tốt nghiệp, gia đình rời hội trường, đợi Phúc nơi gốc cây sồi. Chỉ một chốc sau, Phúc xuất hiện và cùng gia đình đi ra bãi đậu xe để đến nhà hàng dùng cơm chiều.

Đợi Trí và Như Quỳnh gọi thức ăn xong, Phúc đứng lên, với thái độ rất trân trọng, trao cho Trí một bì thư. Hơi ngạc nhiên, Trí nhìn bì thư và thấy *"To my W.B.D."*. Trí hoang mang:

- W.B.D. là gì, Phúc?

Phúc cười:

- Là The World's Best Daddy!

Xúc động vô ngần, Trí *"hugs"* Phúc thật lâu và cảm nhận được tình cảm của chàng lúc này cũng dạt dào không kém gì ngày trước, khi chàng *"hugged"* Phúc lúc Phúc bảo rằng *"you don't...để me đó!"* Đợi Trí nới lỏng vòng tay, Như Quỳnh cũng *"hugs"* Phúc, lòng thầm tạ ơn bà Bửu – Bà Nội của Phúc – đã hy sinh và sáng suốt cho nên đứa con côi cút của nàng mới có ngày hôm nay!

Trong khi Trí, Phúc và Paul vừa ăn vừa líu lo chuyện trò thì Như Quỳnh lại bồi hồi nhớ lại lời bà Bửu kể về những ngày đầu tiên, sau khi Cộng Sản miền Bắc cưỡng chiếm miền Nam.

Khi Cộng Sản chiếm Sài Gòn, Phú – chồng của Như Quỳnh – nàng và Phúc bị kẹt ngoài Trung; vì Phú đi phép, đưa vợ con về Huế thăm gia đình, chỉ có bà Bửu và bà Hai giúp việc ở nhà.

Ngày 5 tháng 5, 1975, một tên quàng khăn đỏ dẫn sáu tên Việt Cộng trang bị súng AK đẩy cổng, bước vào sân. Thấy mấy gương mặt đằng đằng sát khí, bà Hai vội mở cửa. Cả bọn ùa vào, vừa lục tung mọi thứ vừa quát: *"Thằng Phú đâu, ra đền tội trước nhân dân!"* Bà Bửu và bà Hai đều khóc, đáp: *"Kẹt ngoài Huế, chưa về."* Cả bọn vừa nạy các chấu điện vừa bảo nhau: *"Các đồng chí khám thật kỹ, nhé! Thế nào bọn C.I.A. cũng cài máy trong mấy cái ổ này để nghe 'nén' đấy!"* Nhận ra sự ngu dốt, đần độn của "quân đội cụ Hồ", bà Bửu và bà Hai nhìn nhau, hết khóc! Một tên bảo: *"Hai bà già! 'Nấy' quần áo rồi đi ra khỏi nhà ngay!"* Hai bà lại khóc, van xin, nhưng cả bọn đều bảo: *"Van xin gì nữa! Thằng Phú có nợ máu với nhân dân, nhà này 'nà' nhà của nhân dân! Đảng và nhà nước tha tội chết cho hai bà 'nà' may dzồi! Cút ngay!"* Một tên lấy giỏ đi chợ vất về phía hai bà, bảo: *"Cho áo quần vào đây rồi xéo đi! Không được 'nấy' bất cứ thứ gì khác, nghe chưa?"* Trong khi hai người đàn bà khốn khổ vừa khóc vừa lấy quần áo cho vào giỏ đi chợ thì cả bọn khệ nệ khiêng TV, tủ lạnh, máy nghe nhạc, *radio*, tủ quần áo, v.v… để ngay giữa nhà! Một tên xách thùng đàn *Accordéon*, cảm thấy nặng, vội để xuống, mở ra. Thấy cây đàn màu đỏ, tên này gọi cả nhóm đến xem "vật quái quỷ" gì mà "nạ" kỳ thế này! Săm soi một lúc cũng vẫn không biết đấy là vật gì, một tên chửi thề: *"Đ. Biết! Hai bà già kia, 'nại' đây!"* Hai bà khúm núm bước đến. Tên Việt Cộng hất hàm: *"Cái này 'nà' cái quái quỷ gì, hả?"* Bà Bửu đáp: *"Tôi có biết mô. Tôi chỉ thấy con dâu của tôi thường ôm, kéo ra, đẩy vào, nghe hay lắm."* Cả bọn cười lớn. Một tên bảo: *"Cho hai bà già đem cái của nợ này theo đấy! Bọn 'Ngụy' phải học văn hóa và nếp sống văn minh của 'bác' và đảng thì chúng nó mới giác ngộ được! Chúng nó bị bọn Mỹ đầu độc cho đến ngu xuẩn và mù quáng, tin rằng cái 'vật quái quỷ' như thế này 'nại' phát ra tiếng nghe hay 'nắm'!"*

Vừa rời nhà của Phú, bà Hai đề nghị bà Bửu đến ở tạm nhà người con của Bà. Khi Phú, Như Quỳnh và Phúc từ Huế trở về, tìm Mẹ và bà Hai không ra, Như Quỳnh chợt nhớ đến người con của bà Hai, vợ chồng Phú tìm đến. Bà Hai và vợ chồng người con cho Phú cùng vợ con tá túc cho đến khi bọn quàng khăn đỏ chỉ điểm, lính Cộng Sản Việt Nam đến bắt Phú đi tù!...

Đang hồi tưởng, Như Quỳnh chợt nghe tiếng Trí:

- Ăn đi, em!

Như Quỳnh âu yếm nhìn Trí, nói nhỏ, bằng tiếng Việt:

- Em cảm ơn anh đã giúp em nuôi Phúc thành thân và thành nhân.

Trí nhìn Như Quỳnh với ánh mắt tràn ngập thương yêu – dù đôi khi Trí cũng ghen thầm vì nghĩ rằng, có thể Như Quỳnh cũng vẫn còn *"Giấu trong tim bóng một người!"*(1).

Rời nhà hàng, Phúc cho xe chạy trên con đường rợp bóng cây sồi. Khi xe vào xa lộ, nhìn hai dòng xe xuôi ngược, không thể nào Như Quỳnh không liên tưởng đến chuyến xe đò ì ạch lúc nàng và Phúc theo bà Bửu đến trại tù A30 thăm Phú. Ngoài mấy món thức ăn nghèo nàn trong "thời bao cấp", nàng còn ôm trong lòng niềm nhớ thương vô vàn!

Trong khi ngồi chờ từ sáng đến chiều tại lều thăm nuôi, Như Quỳnh cảm biết có người cố ý đá vào chân nàng hai lần. Xoay sang, Như Quỳnh nhận ra một người tù gầy nhom ngồi gần, vừa hết giờ thăm nuôi, đang bịn rịn giã từ vợ con. Người tù nhìn Như Quỳnh, nháy mắt nhiều lần. Ra tới cửa lều thăm nuôi, người tù lại quay lui, kín đáo nhìn Như Quỳnh, vừa nháy mắt làm hiệu vừa đi về hướng nhà vệ sinh. Cảm biết có điều gì rất quan trọng trong ánh mắt của người tù, nàng xin phép quản giáo để đi nhà vệ sinh.

Đến gần nhà vệ sinh, Như Quỳnh thấy người tù bước vào; chỉ thoáng chốc, người tù đi ra. Đi ngang nàng, người tù cúi mặt, nói nhỏ: *"Tới phiên chị dùng nhà vệ sinh rồi đó"*. Như Quỳnh bước vào và thấy nơi kẻ hở một mảnh giấy báo tin nhỏ xíu: *"Nếu chị chờ thăm anh Phú F5 thì anh Phú đã vượt ngục, bị bắn chết rồi!"*

Như Quỳnh và Phúc trở nên điên loạn, gào khóc đến khan tiếng! Bà Bửu vừa khóc vừa khuyên nàng: *"Hãy nghĩ đến thằng Phúc mà gắng sống, con ơi!"*

Trở về nhà người con của bà Hai, bà Bửu đem cây đàn *Accordéon* bán, đưa tiền cho Như Quỳnh tìm mối vượt biển để tìm tương lai cho Phúc, vì người em trai độc thân của Phú bị tử trận hồi Tết Mậu Thân, bà Bửu sợ không còn ai "nối dõi" tông đường! Nàng đề nghị bà Bửu cùng vượt biển. Bà bảo Bà đã có tuổi, lại không biết tiếng Pháp tiếng Anh, sang bên đó chỉ trở thành gánh nặng cho nàng.

Để trả ơn người Mẹ chồng nhân từ và nghĩa cử của bà Hai, từ trại tỵ nạn, Như Quỳnh viết thư về, hứa sau khi định cư, bằng mọi cách, nàng sẽ gửi tiền về giúp bà Bửu, bà Hai và gia đình người con tốt bụng của bà Hai.

Đêm trước khi được đi định cư tại Hoa Kỳ, Như Quỳnh tình nguyện tham gia buổi văn nghệ "giữa trời" trong trại tỵ nạn tại Thái Lan.

Giữa khung trời xa lạ và chỉ với tiếng *Acoustic Guitar* không được nhuần nhuyễn của Trí, mọi người tỵ nạn tại đây dường như bị chi phối hoàn toàn vì tiếng hát ray rức của Như Quỳnh: *"Biệt ly nhớ nhung từ đây!... ước bao đường tơ, réo rắt trong muôn hương mơ, thành sầu tiễn đưa..."* (2) Trong khi khán giả chìm đắm vào dòng *Slow* tha thiết thì lời ca ướt lệ lại dẫn dắt hồn nàng trở về vùng không gian dấu yêu mà nàng phải đành đoạn lìa xa! *"... Biệt ly sóng trên giòng sông. Ôi! còi tàu như xé đôi lòng... Đến nay bóng anh mờ khuất.Người về u buồn khắp trời. Người ra đi với muôn ngàn nhớ thương..."(3)*. Theo tiếng hát nghẹn ngào của chính nàng, Như Quỳnh tưởng như nàng có thể thấy lại ánh mắt bịn rịn của Phú mỗi khi Phú giã từ nàng tại ga xe lửa Nha Trang để trở lại Đà Nẵng. Xe lửa rời nhà ga, nàng nhìn theo, vẫn thấy Phú vẫy tay và cố chồm người ra cửa sổ, nhìn lui…Nhớ đến đây, mủi lòng quá, nàng vừa "ngân nga" nho nhỏ vừa khóc!

Trong khi Như Quỳnh khóc vì thương nhớ người xưa thì Trí – người đã ngầm để ý Như Quỳnh ngay khi nàng tình nguyện làm thông dịch viên, phụ với Trí lo giúp đỡ văn phòng Cao Ủy Tỵ Nạn trong việc lập hồ sơ, lo thủ tục nhập và xuất trại cho người tỵ nạn – lại nghĩ nàng khóc vì buồn cho thân phận lẻ loi của nàng trước một tương lai vô định!

Thân phận lẻ bóng của Như Quỳnh ít ra còn được có Phúc; riêng Trí, sự đơn chiếc của Trí lại mang nặng nỗi đau thương bởi vợ con của chàng đã chết vì đạn của công an biên phòng Việt Cộng tại cửa Tiểu! Vì vậy, khi cùng làm việc với nhau, Trí không thể giấu tình cảm của chàng dành cho nàng.

Hát xong, Như Quỳnh lặng lẽ rời buổi văn nghệ "giữa trời", lang thang dọc bờ biển đầy rong rêu và đá cuội. Đến bên phiến đá phẳng, nàng ngồi xuống, hướng ánh mắt nhìn về cố hương – nơi còn chôn kín nguyên nhân cái chết đầy oan khuất của Phú!

Giữa lúc tâm hồn Như Quỳnh chùng xuống đến độ thấp nhất, Trí xuất hiện. Để nàng khỏi sợ hãi, từ xa, Trí gọi tên nàng. Nhận ra giọng của Trí, nàng yên tâm.

Trí ngồi đối diện với Như Quỳnh. Sau một thoáng đắn đo, Trí bảo:

- Thấy Như Quỳnh vừa hát vừa khóc anh chịu không được! Khi thấy Như Quỳnh lẽn ra sau sân khấu, anh không yên tâm. Sorry, nếu anh làm phiền Như Quỳnh, nhưng quả thật anh không yên lòng khi thấy Như Quỳnh ngồi bơ vơ trên phiến đá này! Cháu Phúc đâu?

- Dạ, tôi gửi cháu ngồi xem văn nghệ chung với vợ chồng người quen.

- Như Quỳnh có biết rằng anh rất ái ngại cho hoàn cảnh đơn chiếc của Như Quỳnh hay không?

Thời gian cùng làm việc với nhau, mỗi khi vắng người, Như Quỳnh cứ nghe Trí "ngân nga" nho nhỏ: *"Nhìn em, nhìn em giây phút, muốn nói yêu em…" (4)* nàng đã "nghi" rồi. Bây giờ nghe giọng nói rất thành thật của Trí, Như Quỳnh xúc động nhiều. Nàng tâm sự với Trí về mối tình đầu với Phú, nỗi oan khuất về cái chết của Phú và sự lo sợ của nàng trước một tương lai đầy bất trắc.

- Anh muốn được cùng chia xẻ những bất trắc trong đời với Như Quỳnh, Như Quỳnh có cho phép anh không?

Như Quỳnh lại khóc. Trí để tay lên vai nàng…

***

Sau khi được một thuộc cấp cũ cho tá túc một thời gian và giúp lo giấy tờ mang tên giả để vượt biên bằng đường bộ, Phú bị bắt lại gần biên giới Việt Miên. Suốt thời gian dài bị tù, ngại Mẹ và vợ con bị liên lụy, Phú vẫn cứ khai gia đình di tản hết, không còn ai là người thân ở Việt Nam. Đến lúc bị kiết ly, tưởng chết, Phú muốn gặp Mẹ và vợ con lần cuối, vội nhờ bạn tù nhắn tin về cho Mẹ và vợ.

Khi được bà Bửu thăm nuôi và đem những loại thuốc lặt vặt do Như Quỳnh gửi về, Phú mới được Mẹ cho hay về việc Mẹ và vợ đã được tin Phú vượt ngục, bị bắn chết và những gì xảy ra cho Như Quỳnh và Phúc sau đó. Thấy Mẹ ngưng nói và khóc, Phú khó hiểu:

- Như Quỳnh là một phụ nữ tốt, có nhân nghĩa; vậy thì tại sao Mạ lại khóc?

Bà Bửu nói rất nhỏ, âm thanh như nghẹn lại:

- Câu chuyện sẽ đẹp vô cùng nếu Mạ và Như Quỳnh biết được tin con còn sống sớm hơn!

Phú nghi ngờ:

- Như Quỳnh có chồng khác, phải không, Mạ?

Bà Bửu gật đầu. Phú cố nén tiếng thở dài:

- Mạ đừng nên trách Như Quỳnh, vì Như Quỳnh đã được tin con chết! Vả lại, Như Quỳnh còn quá trẻ và đẹp, làm thế nào Như Quỳnh có thể chịu đựng được sự cô đơn và sự cám dỗ của đàn ông! Một mình nơi xứ lạ quê người, lại thêm đứa con dại, Như Quỳnh cần một người đàn ông để nương tựa, Mạ à!

Tuy nói cứng như vậy, nhưng, sau khi bệnh thuyên giảm, mỗi chiều, sau giờ ăn, bạn tù thường nghe Phú "ngân nga" những câu não lòng: *"... Dù mai đây ai đưa em đi đến cuối cuộc đời. Dù cho em, em đang tâm xé, xé nát tim tôi. Dù có ước, có ước ngàn lời, có trách một đời cũng đã muộn rồi! Quỳnh ơi! dù sao đi nữa xin vẫn yêu em..." (5).*

Một buổi chiều, không biết có điều gì "bức xúc", vừa nghe đến đây, Cúc vừa bước nhanh về hướng phát ra tiếng hát vừa lầm bầm *"Địt mẹ! Sao cứ sau giờ cơm chiều 'nà' nó hát tới hát 'nui' bài này thế, nhỉ!"*. Tới cửa trại F, thấy một người tù hình sự đang xin vệ binh cho đi nhà vệ sinh, Cúc hỏi:

- Này, anh kia! Anh có biết thằng nào mà cứ đến giờ này "nà" nó "rên rỉ" cái bài gì mà buồn đ. chịu được hay không?

- Đó là anh Phú ạ!

- Trong số các anh có mấy thằng Phú, ai biết Phú đấy "nà" Phú nào!

- Anh Phú F5 đó.

- Thế thì biết rồi. Cái thằng cao to, đẹp "giai" thế mà hát cứ như thằng thất tình!

Vừa đáp Cúc vừa quay đi, thầm nghĩ, sẽ tìm cơ hội làm quen với Phú.

Cơ hội đến vào một buổi chiều, khi đoàn tù lao động trở về, đi ngang nơi Cúc ngụ. Cúc bước ra, gọi:

- Anh Phú F5! Vào đây giúp hộ tôi cái này.

Quay lại, Phú nhận ra đây là nữ cán bộ của nhà tù Núi Sam, Châu Đốc – người đã "chỉnh" Phú ngay lần đầu tiên lúc Phú bị bắt lại – sau khi Phú cùng hai bạn tù trốn nhà tù

A30, bị vệ binh phát hiện, rượt theo, bắn xối xả. Phú không trúng đạn nhưng Phú lấy máu của hai bạn trét đầy mặt và ngực, giả chết. Đá vào người Phú nhiều lần mà vẫn thấy thân người Phú mềm nhũn, vệ binh bảo nhau: *"Chúng nó chết cả rồi, để đấy cho cọp ăn. Mình khẩn trương trở về trước khi trời tối."*

Hôm bị đưa vào nhà tù Núi Sam, nữ cán bộ này thẩm vấn Phú. Phú gọi nữ cán bộ này bằng "chị", cô ta "chỉnh" ngay: *"Mày phải gọi tao 'nà' cán bộ hoặc 'nà' 'bà', nghe chưa?"* Phú chỉ im lặng, hơi nhếch môi, thái độ khinh khỉnh. Bây giờ, sau khi theo Cúc bước qua khỏi cửa, cũng vẫn thái độ nghênh nghênh, Phú hỏi:

- Cán bộ cần tôi về việc gì?

Vừa đáp Cúc vừa khép cửa lại:

- Anh ngồi đi.

Cúc ngồi vào ghế đối diện, hỏi:

- Anh có tâm sự buồn, phải không?

- Bà nghĩ, có ai ở tù mà vui không?

- Thôi, chuyện tù, từ từ mình giải quyết. Em tên Cúc. Anh gọi tên em cho thân mật, nhá!

Im lặng. Cúc tiếp:

- Em muốn giúp anh, đề nghị ban quản giáo cho anh về đội rau cải hoặc vào đội hậu cần.

- "Cách mạng", kết tội tôi là một tên "Ngụy" có "nợ máu với nhân dân", là "Nhất Pháo, nhì Phi"; bây giờ thêm tội vượt biên đường bộ, tại sao cán bộ lại tử tế với tôi?

- Nói thật với anh, mấy hôm nghe anh ca cái gì mà *"... Dù có ước...Quỳnh ơi! Dù sao đi nữa xin vẫn yêu em..."* em ... (Cúc nhanh mồm, ngưng lại kịp để khỏi phát âm tiếng "đ.") chịu không được! Em có cảm tình với anh.Em muốn giúp anh khỏi đi "nao" động. Từ từ em sẽ đề nghị ban quản giáo thành "nập" đội văn nghệ, giao cho anh phụ trách, nhá!

- Cảm ơn cán bộ.

Cúc bước qua, lã lơi choàng tay lên vai Phú:

- Ấy, "nại" cán bộ! Gọi Cúc đi nào!

Phú cười khẩy. Đợi Cúc nới lỏng vòng tay, Phú tìm lý do từ giã Cúc.

Thái độ của Cúc khiến Phú nghĩ đến những cô gái – vì hoàn cảnh gia đình – phải làm nghề bán *bar*. Thái độ của Cúc cũng làm Phú thương nhớ Như Quỳnh hơn bao giờ hết! Phú thương sự đằm thắm, đoan trang và nhớ nét thẹn thùng, thùy mỵ của một cô gái đẹp, có giáo dục và lòng tự trọng cao, thuộc vào một gia đình lễ nghĩa. Niềm thương nhớ cũng khơi dậy nỗi đau trong lòng, Phú "ngân nga" nho nhỏ: *"...Nhắm mắt, ôi sao nửa hồn bỗng thương đau! Ôi sao nghìn trùng mãi xa nhau. Hay ta còn hẹn nhau kiếp nào? Em ở đâu? Em ở đâu?..."* (6)

***

Đang trong tình trạng lúc tỉnh lúc mê, nhưng Phú vẫn cảm nhận được có người cầm tay chàng. Thu hết tàn lực, Phú hi hí mắt và thấy một phụ nữa vừa khóc tức tưởi vừa cầm tay chàng. Nhờ tấm ảnh gia đình chụp hôm lễ ra trường của Phúc, do Phúc gửi về biếu Bà Nội – trước khi gia đình được tin Phú còn sống và đang ở tù tại Núi Sam – Phú nhận ra Như Quỳnh ngay. Sau vài câu chào hỏi, Phú thều thào:

- Anh vô cùng biết ơn Như Quỳnh đã gửi tiền về giúp Mạ trong thời gian anh bị tù đày. Sau đó, khi hay tin anh được thả với chứng bệnh nan y, Như Quỳnh lại đề nghị, khuyến khích và thúc đẩy Phúc bảo lãnh anh sang Mỹ chữa bệnh, rồi lại gửi tiền về giúp anh chữa bệnh.

Im lặng, vì Như Quỳnh nghẹn ngào, nói không thành lời! Phú chợt tỉnh hẳn, hỏi:

- Phúc có về với Như Quỳnh không?

Như Quỳnh mở cửa, gọi Phúc vào. Thấy một thanh niên cao lớn, đôi mắt sáng, gương mặt trông rất trí thức bước vào, Phú nhận ra ngay:

- Phúc! Ba cảm ơn con. Sau khi hay tin Ba bệnh và được thả về con đã thường xuyên điện thoại về thăm Ba. Con và Mommy gửi tiền về nuôi Bà Nội và giúp Ba chữa bệnh.

- It's okay, Ba. Con sẽ chung lời cầu nguyện với Bà Nội, với Mommy, với Daddy, và Paul.

- Không làm gì được nữa rồi, con à! Bác sĩ đã cho Ba và bà Nội biết rồi! Ba cũng đã tự biết căn bệnh quái ác của Ba, cho nên, ngay từ đầu Ba đã từ chối đề nghị để con bảo lãnh Ba sang Mỹ chữa bệnh; dù Bà Nội cứ khóc lóc, năn nỉ và giải thích rằng nếu trước khi chết mà Ba thấy được mặt đứa con duy nhất của Ba thì đó cũng là điều an ủi! Nhưng bây giờ Ba thấy con rồi. Ba rất mãn nguyện và hãnh diện về con.

Như Quỳnh hỏi Phú:

- Anh thấy Phúc giống anh như "hai giọt nước" hay không?

Vui trong lòng, Phú cố mỉm nụ cười méo xệo rồi hỏi Như Quỳnh:

- Anh Trí có về không?

- Dạ có, đang đứng bên ngoài với Mạ và Paul.

- Cho anh gặp anh Trí.

Như Quỳnh lúng túng, hỏi ý kiến Phúc. Phúc nhún vai:

- Ba muốn thì làm theo ý Ba.

Trí bước vào, khom xuống, cầm tay Phú. Phú "hi hí" mắt nhìn Trí, thều thào:

- Xin hết lòng đa tạ tình thương và sự dạy bảo quý hóa mà anh đã dành cho Phúc. Phúc đã điện thoại về tâm sự với tôi rất nhiều lần. Lúc nào Phúc cũng biết ơn Daddy đã thay thế Ba, nuôi dạy Phúc nên người.

- Anh đừng nghĩ ngợi gì cả. Phúc rất ngoan, đó là công lao dạy bảo của Như Quỳnh.

Trí để tay lên vai Phúc:

- Can đảm lên, Phúc.

- Cảm ơn Daddy. I'm okay.

- Daddy có thể thấy, con không okay! Con phải có nghị lực thì con mới có thể giúp Bà Nội và Mommy trong hoàn cảnh này!

- Con hiểu. Cảm ơn Daddy.

Phú lại từ từ chìm vào hôn mê!

Nhìn khuôn mặt điển trai của Phú ngày nào, giờ đây chỉ còn đôi mắt lộ, hai gò má tóp vào, miệng hô, trán vồ và hơi thở thều thào, Như Quỳnh lại cầm tay Phú, lòng thầm tạ lỗi với người xưa! Trí và Phúc lại lặng lẽ bước ra ngoài, dành giây phút riêng tư cho Như Quỳnh.

Như Quỳnh ngẩng lên, nhìn qua khung cửa sổ, thấy một chiếc phi cơ bay ngang. Chiếc phi cơ gợi lại trong hồn nàng bóng dáng người em trai duy nhất của Phú –phi công khu trục – bị hỏa tiễn của Việt Cộng bắn hạ vào Mùa Hè Đỏ Lửa, 1972!

Ngày đó, khi được tin em của Phú bị bắn hạ, bà Bửu

vật vã khổ đau! Phú im lặng. Nhưng tối đến, Phú lên sân thượng, gục đầu, gào lớn:

"Mẹ đón con về cuối đường bay
Mờ trong sương khói dáng con gầy
Nợ nước tình nhà con đền đáp
Nghìn thu yên giấc hãy ngủ say!..."(7)

Hôm nay, khi Phú đang giữa bờ tử sinh thì Như Quỳnh lại khóc sướt mướt; vì phải nhìn cảnh Phú phải nằm ngược đầu với một bệnh nhân và chiếc giường Phú nằm lại chen chúc với nhiều chiếc giường khác trong căn phòng hôi hám và tràn ngập ruồi bọ!

Không chịu được cảnh đau lòng, Như Quỳnh đi ra ngoài, vừa lau nước mắt vừa bước chầm chậm dọc hành lang. Nhìn bầu trời xam xám của một buổi chiều, Như Quỳnh chợt thầm ước được thấy lại những chuyến bay thực tập của Phú trong khung trời cũ, khi Phú thụ huấn tại Trung Tâm Huấn Luyện Không Quân Nha Trang.

Vào lúc tâm hồn Như Quỳnh giao động nhiều nhất thì tiếng hát thơ dại của nàng ngày xưa vọng về: "*…Anh nằm xuống sau một lần đã đến đây, đã bay cao trong vòm trời này… Nơi đây một lần, nhìn anh đến những xót xa đành nói cùng hư không!..." (8)*.

1.- Hai Sắc Hoa Ti-gôn của T.T.Kh.

2 và 3.- Biệt Ly của Dzoãn Mẫn

4 và 5.- Niệm Khúc Cuối của Ngô Thụy Miên

6.- Nửa Hồn Thương Đau của Pham Đình Chương

7.-Tiễn Nhau Ngàn Dặm Cũng Chia Phôi của Firebird 24

8.- Hát Cho Người Nằm Xuống của Trịnh Công Sơn

Chiều Xuân Xưa

Kéo seat belt xong, nghe tiếng hát từ CD, bà Vân ngạc nhiên, hỏi Kimberly - con gái của Bà - bằng tiếng Anh, vì Kimberly sinh tại Mỹ:

- Kim! Con nghe nhạc Việt à?

Vừa cho xe chạy từ từ Kim vừa "dạ".

- Làm thế nào con hiểu được?

- Hiểu lời ca hay không, không thành vấn đề; vấn đề là nhạc hay thì con nghe.

- Con nói đúng. Nền âm nhạc Việt Nam trước năm 1975 là một kho tàng nghệ thuật.

Kim im lặng lái xe. Bài hát dứt. Tình khúc kế tiếp được bắt đầu bằng dòng nhạc nghe rất quen; rồi bà Vân nghe tiếng hát ngọt ngào: *"Mây cuốn mịt mù che khuất ánh sao. Lạnh lùng sương xuống đã lâu..."* Bà Vân thở dài, nhìn ra khoảng không gian mênh mông của một chiều Xuân nhạt nắng, như muốn tìm lại hình ảnh Quân – người yêu thời thơ dại của Bà. Tiếng hát vẫn tha thiết, dịu dàng: *"... Nhìn sao thề rằng yêu mãi người ơi! Dù nhiều giông tố trong đời; dù cho ngàn sao đổi ngôi!..."* Bà Vân xoay mặt sang phải để Kim không thấy mắt Bà đang nhòa lệ.

Theo dòng nước mắt hoen mờ, bà Vân tưởng như thấy được hình ảnh Quân lung linh trong nắng chiều. Không gian đã khác, thời gian đã lâu, nhưng hình ảnh của Quân vẫn hiên ngang – pha chút ngạo mạn – như buổi chiều Xuân xưa, nơi "tòa án nhân dân" ở kinh tế mới Xuân Hưng!

Bìa rừng tại kinh tế mới Xuân Hưng là nơi con cháu của "Ngụy" mỗi ngày phải vào, tìm bất cứ thứ gì để phụ vào kinh tế gia đình.

Thời bao cấp đó, Áng Vân chỉ là cô gái thành thị, vừa chớm tuổi "dậy thì". Áng Vân chẳng hiểu tại sao "bỗng dưng (!)" Mẹ và ba chị em của nàng phải vào sống nơi rừng thiêng nước độc này để Mẹ và chị phải "buôn đầu ngược, bán đầu xuôi", Tuấn – em của nàng – và nàng phải trở thành hai đứa trẻ mót củi/mót khoai.

Áng Vân, Tuấn và nhóm người mót củi/mót khoai thường ăn trưa chỉ với củ khoai lang hay một khúc khoai mì. Như thường lệ, Áng Vân bảo Tuấn ăn xong nên tựa bao cát đựng khoai để nghỉ trưa và cũng như canh chừng khoai để người ta khỏi ăn cắp; rồi nàng đi xa xa khỏi nhóm người, tìm nơi vắng vẻ, ngồi ăn một mình và suy gẫm về những điều mà khối óc non nớt của nàng không thể hiểu được!

Vì không hiểu được những uẩn khúc của dòng đời, Áng Vân cảm thấy buồn thương và tiếc nhớ những ngày tháng sum vầy, hạnh phúc đã qua. Đôi khi buồn quá, Áng Vân "ngân nga" những câu hát chợt đến trong hồn.

Một hôm đang "ngân nga" đến đoạn: "... *Nhưng đã muộn làm sao níu giấc mơ, tìm làm sao những phút xưa... Giờ đây ngoài trời im vắng mình tôi, tìm vì sao khuất bên trời, thầm mơ một tinh tú rơi...*" Áng Vân chợt nghe tiếng lá khô xào xạc từ phía sau. Quay lui, Áng Vân thấy một thanh niên cao, da sậm màu,mặc quần đùi, áo thun rách, đang nhìn nàng và cười một cách rất thân thiện. Áng Vân chỉ im lặng, nhìn người thanh niên. Thanh niên vừa bước đến gần vừa khen:

- Cô bé hát hay lắm. Mấy hôm nay anh nghe văng vẳng hoài mà không biết ai hát.

- Sao chú không nghĩ đó là tiếng hát từ radio?

Thanh niên ngồi đối diện với nàng, đáp:

- Khắp vùng kinh tế mới này ai còn được cái radio nào đâu mà nghe nhạc! Thêm nữa, nhạc "Ngụy" bị tụi nó cấm, đâu ai dám nghe! Còn nếu tiếng hát từ radio thì phải có tiếng nhạc hòa theo.

- Bộ chú biết nhạc sao?

- Biết chút chút. Còn cô bé, chắc cô bé chơi đàn? Đàn gì, nói anh nghe đi.

- Sao chú biết?

- Thấy ngón tay của cô bé dài và suông đuộc thì biết chứ. Em chơi đàn gì?

- Dạ, hồi đó em chơi piano.

- Bây giờ cơm còn chưa có mà ăn thì làm sao còn piano để em đàn. Tội nghiệp em!

Áng Vân cười buồn. Thấy nét mặt và ánh mắt của Quân có vẻ như xa vắng, nàng hỏi:

- Hồi trước chú làm gì?

- Anh học Dược. Ồ, xin lỗi, chưa tự giới thiệu với cô bé. Anh tên Quân. Em tên gì?

- Dạ, Áng Vân.

- Nhà anh ở ấp 11. Nhà em ở ấp mấy?

- Dạ, ấp 5.

- Gần mà. Hôm nào em "mót" được nhiều củi/nhiều khoai, cho anh biết, anh xách về giùm. Anh đi rừng chặt cây bán cho lò hầm than mỗi ngày.

- Chú xách củi và khoai của em rồi ai vác cây cho chú? Em vác không nổi đâu!

- Người xinh như cô bé ai nở bắt vác cây đâu mà lo! À, anh đâu đã già, tại sao em gọi anh bằng chú?

Áng Vân nhăn mũi, cười tươi, lộ chiếc răng khểnh rất dễ thương. Quân cũng cười, tiếp:

- Cho anh làm anh cô bé, được không? Anh không có anh em gì hết.

Áng Vân cúi mặt, lặng im. Chỉ một thoáng sau, Áng Vân đưa tay che mặt. Quân bối rối:

- Áng Vân! Tại sao tự dưng Áng Vân buồn quá vậy? Anh không cố ý làm em buồn. Cho anh xin lỗi, nha, cô bé?

Im lặng. Nhưng Quân nghe tiếng Áng Vân "thút thít". Quân lúng túng:

- Cho anh xin lỗi. Nếu cô bé không cho anh làm anh của em thì thôi, đừng khóc!

- Không phải lỗi của chú; chú đừng xin lỗi nữa.

- Thế thì tại sao Áng Vân khóc?

Vì tâm trạng bất an, Áng Vân vô tình đáp:

- Tại vì anh làm em nhớ anh của em!

- Ô, anh của em vượt biển rồi, phải không?

- Dạ. Ông anh vượt biển, bị công an biên phòng bắn chết! Hai người anh khác bị Việt Cộng nhốt trong trại cải tạo; một người trốn trại, bị bắn chết!

Áng Vân cúi mặt, khóc tức tưởi. Quân thở dài:

- Bố của anh cũng bị Việt Cộng nhốt tù rồi, cô bé ơi!

- Ba em cũng bị Việt Cộng nhốt tù nữa! Sao Việt Cộng ác quá vậy, Trời!

- Thôi, đừng khóc nữa, cô bé!

Áng Vân quẹt nước mắt, nhìn Quân như dò xét. Quân cười:

- Làm gì mà quan sát anh kỹ vậy?

- Em nghĩ, có lẽ chú cũng cỡ tuổi với ông anh thứ ba của em.

- Thế à? Thế hồi trước anh ấy làm việc ở đâu?

-Dạ, anh ấy bị động viên vào khóa 6/68 trường sĩ quan Thủ Đức.

- Ô, sĩ quan cỡ đó thì Việt Cộng không tha đâu.

- Còn chú? Tại sao Việt Cộng lại tha chú?

Chợt nhớ tiếng "anh" mà lúc nãy Áng Vân gọi chàng, Quân nghịch:

- Gọi anh bằng anh đi rồi anh trả lời.

Áng Vâng e thẹn, cúi mặt. Quân tiếp:

- Cô bé đoán anh cỡ tuổi với người anh sĩ quan Thủ Đức của cô bé mà tại sao cô bé không gọi anh bằng anh?

Áng Vân chỉ cười. Quân lại hỏi:

- Cô bé tập cho anh hát bài mà em thường hát đó, được

không?

- Dạ, bài đó tựa là Tìm Một Ánh Sao; dễ hát lắm.

- Dễ thì tập cho anh đi.

- Em tập cho chú hát thì chú phải cho em biết tại sao Việt Cộng không bỏ tù chú, nhen?

- Rồi. Cô bé hát trước từng câu, anh hát theo.

Sau khi Quân thuộc bài hát, Áng Vân nhắc:

- Bây giờ chú trả lời em đi.

Quân lập lại câu nói lúc nãy:

- Gọi anh bằng anh đi rồi anh trả lời.

Vừa khi đó Tuấn chạy nhanh đến:

- Chị đi đâu em tìm quá chừng!Trở ra rẫy, không thôi họ lượm hết, còn đâu mà mót.

Áng Vân bảo Tuấn:

- Tuấn! Chào chú Quân đi, em!

Tuấn cúi đầu:

- Dạ, chào chú Quân.

- Chào em Tuấn…

Quân chưa nói dứt câu, Áng Vân vội đứng lên, nói:

- Thôi, chú không nói thì thôi. Em chào chú. Em phải trở ra rẫy khoai mì.

Quân cũng đứng lên, nhưng lại khom xuống ngay để lấy chiếc nón lá rách đội lên cho Áng Vân, đáp:

- Sao dễ giận quá vậy? Anh trả lời cô bé nè! Vì anh là con trai duy nhất trong gia đình, được miễn quân dịch. Đó là luật của chính thể Việt Nam Cộng Hòa.

Áng Vân chậm bước theo Tuấn rồi quay sang hỏi Quân:

- Thật không, chú?

Quân cũng đi theo nàng, đáp:

- Thật mà! Không bao giờ anh dối em đâu. Ô, mai cô bé có đến chỗ hồi nãy để ăn trưa hay không?

Như ngầm hiểu sự thừa thải về sự hiện diện của mình, Tuấn vừa chạy vừa nói vọng lại:

- Em ra rẫy trước, nhen, chị!

Áng Vân nhìn theo Tuấn, cười rồi đáp lời Quân:

- Dạ, em chưa biết.

Giọng Quân trở nên tha thiết:

- Trưa mai cô bé tới chỗ đó đi. Mình ăn trưa/nói về âm nhạc/về ca hát, nhé! Anh chờ.

Nhìn nụ cười đôn hậu và ánh mắt trìu mến của Quân, Áng Vân cảm nhận được những rung động thần tiên trong lòng. Nàng e thẹn, *"dạ"* nho nhỏ.

Từ đó, sau khi ăn trưa, Quân và Áng Vân nói chuyện về nhạc thì ít mà Quân dạy Anh văn cho Áng Vân thì nhiều.

Gần Tết, năm 1976, đến chỗ ăn trưa, thấy Quân đang săm soi cây mai nhỏ nhưng đầy hoa, được trồng trong cái "soon" lủng, Áng Vân ngạc nhiên:

- Cây mai ở đâu mà đẹp quá vậy, chú?

- Anh gieo hột, lâu rồi. Đây là lần đầu tiên cây mai trổ hoa. Anh tặng em làm quà Tết.

Áng Vân thật sự xúc động, quên "giữ kẻ", reo mừng:

- Làm thế nào anh trồng được cây mai đẹp "dữ" vậy?

Quân cười thầm khi nghe tiếng "anh"; nhưng chàng giả vờ không biết để Áng Vân khỏi ngượng:

- Anh đem cây mai đến cho cô bé thấy trước. Chiều anh sẽ đem cây mai đến nhà cho em; vì chậu hoa nặng, anh không muốn em bưng.

- Làm sao anh biết nhà em mà đến?

-Biết mà! Thôi, lo ăn trưa đi để anh còn dò bài cho em.

Trong lúc hai người ăn trưa – dường như đã nhận ra tình cảm của Quân dành cho nàng –Áng Vân hỏi:

- Có khi nào anh nhớ thời gian anh đi học hay không?

- Có! Nhớ nhiều lắm. Còn em?

-Từ ngày Việt Cộng vô đây, họ đã cướp tất cả mọi thứ quý hóa trong đời em rồi!

- Cả miền Nam mình ai cũng bị như vậy chứ không phải một mình em hay là một mình anh. Mà thôi, chính trị không phải là chuyện của cô bé. Nói về ca hát đi!

- Anh muốn nói về nhạc phẩm nào?

- Anh muốn em và anh nên chọn bài Tìm Một Ánh Sao làm "nhạc hiệu".

- Nhạc hiệu là một phân đoạn của một bản nhạc, được dạo lên trước một chương trình nào đó; còn bài Tìm Một Ánh Sao làm nhạc hiệu cho cái gì?

Quân muốn đáp "nhạc hiệu của tình yêu", nhưng nhận ra thời gian chưa thuận tiện, vội nói khác:

-"Nhạc hiệu" của em và anh để chúng ta nhận ra nhau. Khi nào em nghe tiếng chàng nào hát bài Tìm Một Ánh Sao thì em biết rằng anh đang tìm em. Ngược lại, khi nào cô bé muốn tìm anh thì cô bé cũng hát bài đó, anh sẽ nhận biết và tìm em. Đồng ý không?

Cách nói chuyện và đặt câu của Quân không thể nào cô bé ngây thơ như Áng Vân có thể chối từ. Nàng im lặng, cúi mặt, cười.

Từ đó, sau bữa ăn chiều – bằng bo bo – Quân thường đi ngang nhà Áng Vân và hát nho nhỏ: *"… Tôi muốn tìm về vang bóng lúc xưa, mà lòng sao mãi ngẩn ngơ. Tàn đêm qua tôi nằm mơ …"* Vì nhà chỉ là mấy tấm "phên" che quanh và cũng vì Quân đã giặn, Áng Vân nhận ra "nhạc hiệu", vội xin Mẹ đến nhà bạn chơi. Mẹ dặn: *"Con phải về trước khi trời tối."*

Chiều mùng Ba Tết, theo "nhạc hiệu" của Quân, chàng và nàng lại gặp nhau, cùng đi chầm chậm trên con đường mòn dẫn ra đường cái quan. Quân cũng chỉ nói những điều vui vui làm Áng Vân cười. Thấy mọi nhà lên đèn, Áng vân tỏ ý cáo từ. Quân cầm tay nàng, đắm đuối nhìn vào mắt nàng:

- Trưa mai anh có chuyện quan trọng muốn nói với em.

Áng Vân chưa kịp hỏi, tại sao Quân phải chờ đến mai, thì Quân đã kéo nàng vào lòng. Áng Vân lã người trong vòng tay của chàng. Quân hơi khom xuống, đặt lên môi nàng nụ hôn thật dịu dàng. Quân từ từ buông nàng ra, khẽ nói: *"Em về đi, kẻo Mẹ trông"*. Áng Vân vẫn còn ngơ ngác, tưởng như nàng còn ngầy ngật/bềnh bồng trong giấc mơ tuyệt vời!

Đêm đó Áng Vân ngủ không được! Lòng nàng cứ lâng lâng trong niềm hạnh phúc vô biên, nhờ dư vị của nụ hôn đầu đời.

Trưa hôm sau, Áng Vân đến chỗ cũ, chờ cả buổi cũng vẫn không thấy Quân. Áng Vân tủi thân, khóc! Bất ngờ nàng thấy một mảnh giấy được xếp nhỏ, gắn nơi cành cây, ngay chỗ lần đầu tiên Quân ngồi đối diện với nàng. Mở mảnh giấy ra, nàng thấy nét chữ của Quân:

"Áng Vân thương yêu!

Rất tiếc, anh không thể gặp em như đã hứa! Anh chỉ mong em hiểu rằng anh thương em nhiều lắm; nhiều hơn anh thương bản thân anh nữa!..."

… Dòng hồi tưởng của bà Vân vừa đến đây, điện thoại cầm tay của Bà "rung". Nhấn nút, thấy số điện thoại của Danny Trần – chồng của bà Vân, đang sống bên Việt Nam – giọng Bà không vui:

- Ông cần gì?

- Gọi thăm em với mấy đứa nhỏ chứ có cần gì đâu.

- Mấy đứa nhỏ "mạnh khù"; tôi chưa chết! Còn gì hỏi nữa không?

- Mỗi lần điện thoại thăm em, em cứ nói "xóc họng" không hà!

- Vậy thì đừng gọi. Tôi đâu bảo ông gọi tôi.

-Anh ở bên này vì muốn giữ gìn tài sản của mình để khỏi bị gạc đến trắng tay vì cái nạn nhờ bà con đứng tên nhà cửa giùm chứ có phải anh ham chơi bời đâu.

- Giờ này mà ông còn bảo tôi tin lời ông hay sao?

- Vợ chồng gì nói chuyện với nhau cứ như "dùi đục chấm mắm nêm"!

- Ông là thợ mộc, không cần "dùi đục" thì cần cái gì?

- Bye!

Bà Vân thở mạnh như vừa trút được gánh nặng! Lúc nãy, nhớ đến Quân, tình cảm của bà Vân lênh láng, tràn ngập yêu thương. Bây giờ, chỉ sau vài phút điện đàm với Danny, lòng bà Vân lại dâng lên không biết bao nhiêu niềm cay đắng!

Không cay đắng sao được khi mà, suốt bao nhiêu năm dài, từ năm 1977, nhiều thanh niên – ngay cả cán bộ/bộ đội – trong các ấp ở Xuân Hưng để ý đến Áng Vân nhưng đều bị nàng lặng lẽ chối từ. Thấy chị của Áng Vân và Tuấn đều lập gia đình, có cháu cho Mẹ bế mà Áng Vâng cứ lủi thủi một mình, Mẹ rất buồn!

Cuối thập niên 90/đầu thập niên 20, "phong trào" về Việt Nam tìm vợ cho con hoặc mấy ông già về Việt Nam thụ hưởng trên thân xác của những cô gái chỉ đáng tuổi con út của mấy ông ấy thì Danny về hưu và cũng muốn "gặm cỏ non". Để cho oai, mỗi lần về Việt Nam, Danny đem theo danh thiếp, in bằng tiếng Anh: Mr. Danny Tran, chuyên thầu xây cất. Sau nhiều lần khuyên giải/cản ngăn không được, vợ của Danny đưa đơn ly dị.

Khi người quen giới thiệu Danny với gia đình Áng Vân, Mẹ bằng lòng ngay; vì Bà nghĩ, Bà không có tiền để "chạy" cho Áng Vân xuất khẩu lao động hoặc lấy chồng Đại Hàn/Trung Cộng; do đó, bất cứ ai đem Áng Vân thoát khỏi cảnh sống cùng cực ở Việt Nam Bà cũng nhận lời.

Áng Vân khóc rất nhiều. Nhưng rồi nàng nghĩ, Quân không còn nữa, vậy thì, nếu tấm thân của nàng có thể đem đến cho Mẹ và chị em đủ cơm ăn/áo mặc thì nàng chấp nhận; chỉ với điều kiện là phải đưa nàng sang Mỹ – vì nàng kỳ vọng rằng nàng sẽ từ từ đem được Mẹ và chị em sang sau.

Sau đám cưới, Danny đưa Áng Vân về Mỹ để khoe. Nhưng, sau khi Áng Vân sinh hai đứa con, Danny lại ở Việt Nam sáu tháng, về Mỹ vài tuần. Lúc này Áng Vân mới vô tình biết rằng, tờ giấy bằng tiếng Anh mà Danny kèm theo, buộc nàng ký khi làm hôn thú với Danny là tờ Prenuptial Agreement (1). Áng Vân không còn lý do gì để sống với Danny nữa; nhưng nàng muốn chờ hai con học hành/đỗ đạt xong, nàng sẽ lìa xa Danny…

Thấy bà Vân như miên man trong sự suy tư nào đó, Kim hỏi:

- Mommy! Mommy okay chứ?

- Bài hát đó gợi lại trong lòng Măng thời gian đói khổ ở kinh tế mới cho nên Măng buồn.

Cho xe dừng ngay chỗ dành riêng cho khách, Kim nhấn nút, lấy CD ra, bỏ vào hộp nhựa có tên bản nhạc, trao cho bà Vân:

- Tặng Mommy đó.

- Cảm ơn con.

Bà Vân bước xuống:

- Con trở lại trường đi.

- Dạ, bye, Mommy!

Sau khi trả tiền, lấy hóa đơn, bà Vân thấy chiếc xe của Bà được lái đến, đậu cùng hàng với những xe đã sửa xong.

Cho xe nổ máy xong, bà Vân lấy CD Kim mới tặng, cho vào máy. Chiếc xe chạy êm ả trong dòng xe dập dìu. Lúc tiếng hát đến đoạn: *"… Năm ấy mình thường đi dưới ánh sao. Hẹn rằng khi thấy nhớ nhau, mình ra bên song tìm sao…"* thì nước mắt của bà Vân lại lả chả rơi!

Vừa quẹt nước mắt bà Vân vừa nhớ lại tâm trạng của Áng Vân, vào mùa xuân năm 1977.

Suốt thời gian dài vắng tin Quân. Không biết bao nhiêu lần Áng Vân muốn đến ấp 11, hỏi thăm nhà của gia đình Quân để dò tin tức xem điều gì đã xảy ra cho Quân. Nhưng vì biết tính Mẹ nghiêm khắc, nàng không dám. Cuối cùng, Áng Vân nghĩ rằng, có thể Quân cùng với gia đình đã vượt biên. Ý nghĩ này làm cho nàng buồn nhưng lại giúp nàng bình tâm và nàng thầm cầu nguyện cho Quân cùng gia đình chàng được đến bến bờ Tự Do.

Chiều 27 Tết, đang săm soi cây mai do Quân tặng, Áng Vân nghe "loa phường" yêu cầu đồng bào, đúng ba giờ chiều, đến "tòa án nhân dân" xem "xử ný" tên "phản động"! Áng Vân chẳng để ý. Nhưng không hiểu tại sao Mẹ lại lo lắng, gọi Tuấn nhiều lần, vẫn không nghe Tuấn lên tiếng. Mẹ than:

- Tình hình chính trị chưa yên. Tụi Việt Cộng chưa hoàn toàn kiểm soát được vấn đề an ninh. Mẹ nghe đồn kháng chiến nổi lên "rần rần". Bây giờ loa phường lại kêu đi xem xử án. Không biết xử con ai mà thằng Tuấn đi đâu mất biệt!

Nghe Mẹ nói, Áng Vân cũng cảm thấy lo cho em:

- Để con đi tìm xem Tuấn đang ở đâu.

Mẹ chưa kịp cản, Áng Vân đã chạy ra sân. Vừa qua khỏi bụi chuối, Áng Vân thấy Tuấn – với vẻ hoảng hốt tột cùng – chạy "như bay" về phía nàng, kéo tay nàng:

- Đi! Mau lên, chị! Tới xem. Tụi Việt Cộng dã man thiệt!

Từ xa xa, Áng Vân thấy dân chúng đứng thành vòng tròn nơi sân đá banh. Đến gần, Áng Vân thấy một người đàn ông bị còng tay, mắt bịt kín bằng tấm vải, bị "tống" từ trên xe xuống đất. Sau khi gượng đứng lên, ông ấy bị hai tên công an kẹp hai bên, đưa đến cọc gỗ rồi cột tay của ông ấy vào cọc gỗ. Mọi người nghe giọng sang sảng của ông ta:

- Yêu cầu đừng bịt mắt. Tôi không sợ chết!

Một cán bộ đến mở băng bịt mắt cho người đàn ông. Chiếc băng bịt mắt của ông ấy vừa được lấy đi thì Áng Vân hoa mắt, tay chân run rẩy và khối óc như muốn vỡ tung trong nỗi hãi hùng !Cán bộ quát lớn:

-Ai có "niên hệ" với tên Quân phản động này thì bước ra khỏi đám đông, nhìn hắn "nần" cuối.

Với ánh mắt lạc thần và nét mặt ngơ ngác như trong cơn mê, Áng Vân lừng lửng bước ra. Trong khi Tuấn không biết phải phản ứng như thế nào thì Quân cong người, vừa giật mạnh cọc gỗ như muốn nhổ cọc gỗ lên, vừa gào lớn:

- Áng Vân! Đừng! Đừng làm như thế cô bé ơi!

Một tên công an chạy đến, bịt miệng Quân lại và một cán bộ chạy đến, giữ chặt cánh tay của Áng Vân trong khi mọi người dân quanh hiện trường đều sửng người, đứng yên như tượng đá!

Áng Vân nhìn Quân chăm chăm như nhìn vào một hiện tượng kỳ bí của thiên nhiên. Nàng hoàn toàn bị phân tâm, đứng im, chỉ nghe lao xao mơ hồ như ai nói gì đó – rất lớn và rất lâu – rồi một cán bộ rút súng lục, đến bên Quân. Quân vừa hô lớn "Việt Nam Cộng Hòa muô…" thì tiếng đạn nổ! Quân gục xuống!...

Khi nào nỗi đau thương sống lại trong hồn bà Vân thì lòng vị tha của Bà cũng bị "khoét' đi một mảnh! Bà Vân thở dài, quẹt nước mắt. Vừa khi đó, với hành động vô thức, bà Vân lái xe chầm chậm ngang một ngôi chùa. Nghe tiếng chuông vang vọng, bà Vân quẹo xe vào sân chùa, với ý niệm cầu nguyện cho linh hồn những người thân yêu!

Quỳ nơi góc chánh điện, bà Vân chấp hai tay, hướng tâm về Phật Bà Quan Thế Âm, niệm danh hiệu Phật Bà. Sau một lúc lắng lòng cho đau thương tràn về, bà Vân bùi ngùi rời chánh điện. Đi ngang phòng ăn, bà Vân chợt thấy chậu mai vàng rực rỡ được để cạnh hồ nước nhỏ. Giữa hồ là tượng Phật Bà Quan Thế Âm.

Bà Vân khom xuống, nâng niu từng cành mai, lòng nhớ đến người xưa.Trong niềm thương nhớ vô bờ, bà Vân tưởng như thấy được nhân dáng hiên ngang/ngạo mạngcủa Quân – vào buổi chiều Xuân xưa nơi kinh tế mới Xuân Hưng – chờn vờn trên mặt hồ phẳng lặng.

Chiếc lá vàng từ đâu bay đến, chao lượn, rồi rơi xuống mặt hồ. Bóng Quân giao động, lung linh, rồi tan loãn. Vừa khi ấy, bà Vân tưởng như tiếng hát của Quân văng vẳng trong sân chùa và trong lòng Bà: *"... Tê tái lặng nhìn năm tháng lướt mau. Nghẹn ngào như mới vắng nhau, hồn mênh mang mơ về đâu? Mộng xưa tàn rồi tôi vẫn còn mơ..."* (2) Một cách kín đáo, bà Vân vẫy tay tạ từ hình bóng Quân. Cung cách của bà Vân lần này cũng quyến luyến/tiếc thương chẳng khác chi ngày xưa, lúc Bà thăm mộ của Quân lần cuối, trước khi Bà theo Danny sang Mỹ!

1.-Giấy thỏa thuận trước khi kết hôn..

2.- Tất cả lời ca trong truyện ngắn này được trích từ Tìm Một Ánh Sao của Hoàng Trọng.

Cơn Nước Lũ

Để biết ơn Thương Binh V.N.C.H.

Thấy một thanh niên trông quen quen, mặc quân phục Hải Quân, đi ngược chiều với mình, Thạch chậm Vespa lại. Nhận ra người bạn thân hồi trước học trường Hưng Đạo rồi sau cùng vào Đại Học Khoa Học với chàng, Thạch thắng Vespa, reo lên:

- Luân! Phải Luân không?

Chàng Hải Quân ngạc nhiên:

- Ủa, Thạch! Mày làm gì mà mặc đồ Biệt Động Quân "ngon" vậy?

- Tao bị động viên vào Trường Sĩ Quan Thủ Đức; ra trường, xin về Biệt Động Quân. Còn mày, đi Hải Quân hồi nào? Tao nhớ hình như mày nhỏ tuổi hơn tao mà.

- Ừ, tao chưa bị động viên; nhưng thấy bạn bè nay đứa này "lên đường", mai đứa kia bị thương, mốt đứa khác tử trận, tao chịu không được, tình nguyện vào Hải Quân.

- Hải Quân mà giờ này lang thang ở đây?

- Chiến hạm vừa về nghỉ bến, tao muốn ghé thăm bà Cô để nhờ nhỏ em chở giùm về nhà Bố Mẹ tao. Còn mày?

- Tao đi phép về thăm gia đình. Mày đi đâu, tao chở mày đi?

Vừa "phóng" lên phía sau Vespa, Luân vừa nói:

- Cảm ơn mày. Cô tao ở gần đây thôi.

- Có phải bà Cô mà hồi trước tụi mình thường tới chơi rồi đàn hát "lung tung beng" hay không?

- Đúng rồi.

- Vậy thì tao nhớ rồi.

Thạch chợt nhớ Cô có người con gái đàn và hát rất hay, nhưng chàng không nhớ tên; vì lúc đó cô bé còn nhỏ, chưa gợi được sự chú ý của thanh niên.

Thạch dừng Vespa trước nhà Cô Luân bước xuống, chưa kịp cảm ơn Thạch thì Thủy Ngọc – con gái của Cô – đi học vừa về. Thủy Ngọc vui mừng chào Luân và Thạch rồi đi vào nhà. Ánh mắt của Thạch không rời Thủy Ngọc.

Thấy ánh mắt của Thạch, Luân hơi phân vân; vì biết Chú của chàng không thích nhà binh – nhất là sĩ quan thuộc các quân binh chủng "thứ dữ" – vì Ông ngại con gái của Ông sẽ… Nhưng nếu, ngay bây giờ, Luân từ giả người bạn thân từng học chung, đi biểu tình chung, từng "văn nghệ văn gừng" với nhau trên các sân trường đại học thì Luân không đành!

May quá, nhờ Thủy Ngọc cho biết có Luân và Thạch đến thăm, Cô bước ra cửa:

- Luân! Sao không đưa bạn vô nhà chơi, con?

Luân chưa kịp đáp, Thạch đã vội dựng Vespa, cúi chào:

- Dạ, kính chào Cô. Lâu rồi mà Cô vẫn nhận ra cháu.

- Cháu bận đồ lính thấy khác thật, nhưng Cô vẫn nhận ra. Vô chơi, cháu.

Từ hôm đó, mỗi ngày Thạch đều đến Bến Bạch Đằng, lên chiến hạm HQ505, rủ Luân đi thăm Cô. Như dạo còn đi học, mỗi khi đến nhà Cô, Thạch thường đệm *Guitar*, Luân đàn *Piano*, Thủy Ngọc đàn *Violon*; đôi khi ba người thay đổi nhạc cụ hoặc cùng hát bên nhau.

Sau đó, mỗi khi về phép, Thạch đều đến nhà Cô để thăm Thủy Ngọc. Thời gian này Thủy Ngọc đã trở thành một thiếu nữ cao, với những đường nét rất cân đối cùng gương mặt xinh đẹp, nhân hậu và đôi mắt nâu thơ dại. Chính nét thơ dại trong đôi mắt nâu nồng nàn và khuôn mặt phản phất vẻ đẹp Tây Phương cùng với tiếng đàn, tiếng hát của Thủy Ngọc mà rất nhiều chàng trai say mê, theo đuổi nàng.

Thạch thầm tiếc là thời gian trước đây, cùng Luân đến thăm Cô và biết Thủy Ngọc học cùng trường, Thạch đã không hề để ý đến cô bé con, người còn "suôn đuột", "chưa có ngực". Bây giờ, mỗi lần về phép là mỗi lần hồi hộp, vì Thạch không biết Thủy Ngọc đã bị ai chinh phục hay chưa!

Riêng Thủy Ngọc, dù biết Bố không thích nàng giao thiệp với nhà binh, nàng cũng vẫn bị cuốn hút vì bộ quân phục thẳng nếp, mái tóc cắt ngắn, làn da sạm nắng, dáng đi hiên ngang, đôi mắt nhìn thẳng và thái độ tự tin.

Tình yêu trong lòng Thủy Ngọc và Thạch âm thầm nảy sinh cho nên chàng và nàng thường chọn những tình khúc có lời ca ướt lệ để cùng đàn, hát bên nhau.

Những khi vắng Thạch, Thủy Ngọc thường thẫn thơ

một mình, nét mặt buồn buồn và đôi mắt xa xăm như mong ngóng điều gì! Khi Thạch về phép, ghé thăm, Thủy Ngọc tươi cười, líu lo như chú chim non vừa sổ lồng.

Mỗi khi thấy sự thay đổi thái độ nhanh chóng của Thủy Ngọc, Bố Mẹ của nàng tự hỏi, tại sao Thủy Ngọc không vui tươi, hớn hở đối với những thanh niên khác, có bằng cấp và địa vị cao, đang cố chinh phục nàng mà nàng lại chỉ vui tươi hớn hở với Thạch thôi?

Không những thế, khi Thạch và Thủy Ngọc cùng đàn và hát bên nhau, Bố Mẹ của Thủy Ngọc để ý: Dư Âm là tình khúc Thủy Ngọc và Thạch cùng đàn và hát nhiều nhất; kế đến là Love Me Tender. Bố Mẹ của Thủy Ngọc không hiểu tiếng Anh, nhưng động từ "love" thì Bố của Thủy Ngọc biết. Thế là Bố chỉ cần nhớ chữ "tender" rồi phiên âm ra tiếng Việt, hỏi Luân. Luân vô tình và ngay thật cho Bố biết đó là tựa một tình khúc của Elvis Presley. Bố bảo Luân dịch lời ca ra tiếng Việt.

Sau khi hiểu rõ lời ca, Bố Mẹ trực tiếp cho Thạch hay rằng Ông Bà không cho phép Thủy Ngọc giao thiệp với Thạch nữa!

***

Nơi hậu trường, cách sân khấu bằng một tấm màn dày, thấy Thủy Ngọc đang hóa trang cho màn độc tấu *Violon*, thái độ rất vui và tự tin, Thầy phụ trách văn nghệ hỏi:

- Thủy Ngọc! Sẵn sàng cả rồi chứ?

- Dạ, thưa Thầy…

Vừa nói ngang đó, Thủy Ngọc chợt dừng lại; vì giọng *Tenor* của ai nghe quen quen, vang lên từ bên kia bức màn ngăn cách sân khấu và hậu trường: *"Đêm qua mơ dáng em đang ôm đàn dìu muôn tiếng tơ. Không gian trầm lắng như* *âu yếm ru ai trong giấc mơ...''(1)*Thủy Ngọc nhíu mày, đứng lặng như pho tượng! Nhưng trong tiềm thức, tình yêu nàng âm thầm dành cho Thạch bỗng cuồn cuộn trỗi dậy như cuồn phong!

Riêng Thạch, sau khi bị Bố Mẹ của Thủy Ngọc yêu cầu đừng liên lạc với Thủy Ngọc nữa, Thạch rất buồn và thất vọng! Những lúc hành quân truy kích hoặc trực thăng vận nhảy ngay trên đầu địch, Thạch quên mất nỗi buồn; nhưng khi rảnh rỗi hoặc nghe ai đàn, hát một nhạc phẩm mà chàng và Thủy Ngọc thường đàn và hát bên nhau thì nỗi buồn và sự thất vọng kéo về, đè nặng trong tim! Giờ đây, đang diễn đạt tất cả nỗi niềm của tác giả và cũng là niềm đau của chàng, giọng Thạch trở nên tha thiết vô cùng: *"...Yêu ai anh nắn cung đàn đầy vơi đôi mắt xa vời....Anh như lầu vắng em như ánh trăng gieo muôn ý thơ...Tim anh băng giá đang nhại ngùng câu năm tháng mong chờ...''(2)*

Mấy năm qua, những kỷ niệm khi Thạch và nàng cùng đàn hát bên nhau tưởng đã chìm vào dĩ vãng; nhưng bây giờ, tiếng hát cao vút của ai bên kia tấm màn lại làm cho trái tim của Thủy Ngọc thổn thức âm thầm – nhưng rất dữ dội!

Thái độ của Thủy Ngọc làm Thầy phụ trách văn nghệ thắc mắc:

- Thủy Ngọc! Chị bình an chứ?

- Dạ... thưa Thầy, ai... ai... đang hát ngoài đó, thưa Thầy?

- Nhận không ra giọng à? Thạch đó. Thạch hồi trước cũng trong ban văn nghệ với Luân và Thủy Ngọc đó, nhớ không?

- Dạ thưa Thầy, hôm tổng dợt, sao con không thấy màn đơn ca của anh Thạch trong chương trình?

- Hôm qua Thạch ghé thăm trường, biết trường có buổi văn nghệ đêm nay, Thạch xin hát một bài. Nhận thấy Thạch là học trò cũ, năng khiếu văn nghệ cao, lại lên đường tòng quân, tôi cảm phục và chấp thuận. Thôi, chị chuẩn bị đi, sắp đến phiên chị đó.

Nói xong, Thầy quay đi. Thủy Ngọc thở dài vừa khi Thạch chấm dứt màn đơn ca trong tiếng vỗ tay vang dội; rồi nhiều tiếng *"bis...bis..."* vang lên. Thạch nói vào *micro*:

- Xin cảm ơn quý vị, quý Thầy Cô và các bạn. Tiếp theo, Thạch xin trình bày tình khúc Chiều Hành Quân của Lam Phương.

Lại tiếng vỗ tay. Thạch dạo một đoạn *Rhumba* rồi "bắt" vào: *"Một chiều hành quân qua thôn xưa lúc nắng xuân chưa nhạt màu, chạnh lòng tìm người em gái cũ: Em tôi đã đi phương nào?..."* Theo giọng hát buồn buồn của chính mình, Thạch nhớ những buổi chiều im vắng, sau khi hành quân trở về, chàng thường ôm *Guitar*, vừa đàn vừa hát vừa nhìn dòng suối cạn phía xa trong khi hoàng hôn lũ lược kéo về phủ xuống núi rừng thâm u.

Nơi vùng núi rừng thâm u đó, mỗi khi đoàn quân dừng chân, Thạch thường chạnh lòng nghĩ đến phận đời của chàng và của những thanh niên cùng thế hệ với chàng – ở miền Nam – phải rời gia đình, xa người thân và bạn hữu, hành quân liên miên để chống trả những đợt tấn công ác liệt của Bắc quân xâm lược!

Suốt thời gian được tăng phái, Thạch không thể nhớ được bao nhiêu lần đơn vị chiến lược này bị "tiền pháo, hậu xung" và bị tấn công bằng chiến thuật "biển người". Thạch chỉ nhớ lần cuối cùng, để giải tỏa áp lực của Bắc quân quanh đơn vị chiến lược này, đơn vị của chàng được lệnh tham dự cuộc hành quân hỗn hợp với một đơn vị Bộ Binh, vào một ngày mưa to gió lớn, có thiết giáp yểm trợ để càn quét các đơn vị Cộng Sản Việt Nam từ Bắc xâm nhập.

Chính trong cuộc hành quân quy mô này Thạch bị Bắc quân dùng súng CKC bắn sẻ, khi Thạch đang khom người điều quân qua ống liên hợp. Viên đạn trúng chân trái của Thạch. Thạch và Tiểu Đoàn Trưởng Thiết Giáp xin trực thăng tải thương; nhưng thời tiết quá tệ và cũng vì súng phòng không của địch bắn lên xối xả, trực thăng không thể "bốc" thương binh!

Khi Thạch được đưa về quân y viện, vết thương đã sưng to và làm độc!... Nhớ đến đây, giọng Thạch trở nên nghẹn ngào, đầy u uất: *"...Về đâu em ơi lúc tình còn sâu lúc hương trần đời vẫn chờ nhau giữa đêm thâu. Về đâu khi em vẫn là nguồn sống, khi ánh xuân nồng vừa nhẹ vương lên má hồng..."*

Trong khi nén xúc động, cố kềm nước mắt để Thầy và bạn khỏi biết, Thủy Ngọc chợt nghe các nam sinh "xầm xì":

- Anh Thạch "hết sẩy"! Ảnh "ngon" thiệt!

- Tội nghiệp ảnh quá!

Hai tiếng "tội nghiệp" khiến Thủy Ngọc tò mò. Bước đến bên trái sân khấu, nhìn ra, Thủy Ngọc ôm ngực, tưởng như trái tim của nàng đã thoát khỏi lồng ngực! Trước mắt nàng, Thạch – trong quân phục Biệt Động Quân, mũ nâu vắt hờ vào cầu vai trái – đang ngồi trên ghế, đôi nạn gỗ để trên sàn sân khấu, hai tay của Thạch ôm *Guitar*. Thạch tựa thùng *Guitar* lên bắp về chân phải và đệm theo tiếng ca não nùng của chàng. Như không tin vào mắt mình, Thủy Ngọc cố thay đổi vị thế nhưng nàng cũng chỉ thấy một chiếc giày trận bên chân phải của Thạch thôi!

Trong khi Thủy Ngọc run rẩy, nước mắt nhạt nhòa thì Thạch hát đến câu cuối: *"...Dù mộng tàn phai trong thương đau vẫn nhớ mãi duyên ban đầu. Lời thề ngày xưa đã trót hứa: Em ơi, xin em đừng quên!"* Thạch cúi chào. Cả hội trường vừa vỗ tay vừa đứng lên.

Thủy Ngọc hy vọng rằng Thạch sẽ vào hậu trường bằng cánh trái để nàng có dịp trực diện với chàng; nhưng, không hiểu vì vô tình hay cố ý, Thạch rời sân khấu bằng cánh phải. Thủy Ngọc ôm mặt, khóc như mưa!

Vài cô bạn cho Thầy phụ trách văn nghệ biết sự việc đang xãy ra cho Thủy Ngọc. Thầy đến, đưa Thủy Ngọc ra sau tấm màn:

- Tại sao chị lại xúc động quá độ như vậy?

Tự nhủ, sẽ không để niềm đau thương của riêng mình ảnh hưởng đến buổi văn nghệ mà toàn trường đã dày công tập luyện, Thủy Ngọc trở nên bình tĩnh một cách lạ thường:

- Thưa Thầy, con xin lỗi. Như Thầy biết, anh Thạch là bạn cùng lớp với anh Luân của con. Anh Thạch thường đến nhà con hòa đàn với anh Luân và con. Bây giờ, bất ngờ thấy anh Thạch như thế con chịu không được!

- Tôi hiểu. Chị nghĩ chị có vững tinh thần để giữ tiết mục độc tấu *Violon* hay không?

- Dạ, thưa Thầy…

Bất ngờ một ý nghĩ thoáng qua, Thủy Ngọc tiếp:

- Thầy cho con xin một đặc ân, được không ạ?

- Vâng, chị cứ nói.

- Thưa Thầy, con xin Thầy cho con được đổi mục độc tấu bằng mục đơn ca.

Đã từng nghe Thủy Ngọc hát nhiều lần trong những buổi văn nghệ trước đây, Thầy gật đầu:

– Vâng. Chị cho người giới thiệu chương trình biết sự thay đổi này và cho anh đàn *Guitar* biết "tông" và nhịp điệu của bản nhạc, nhé!

– Dạ. Con xin cảm ơn Thầy.

Sau khi nghe người điều khiển chương trình giới thiệu Thủy Ngọc sẽ trình bày ca khúc Kỷ Vật Cho Em của Phạm Duy, Thạch cảm thấy bồi hồi, xúc động! Nhìn dáng Thủy Ngọc thướt tha bước ra, cúi chào, đến sau *micro* rồi kéo *micro* cao hơn, Thạch tự hỏi, không biết tình cờ Thủy Ngọc chọn ca khúc này hay là…Thạch thở dài, lắc đầu, không muốn nghĩ tiếp.

Dạo phân đoạn đầu xong, người đàn *Guitar* "rải" một tràng hợp âm và Thủy Ngọc "bắt" vào: "*Em hỏi anh. Em hỏi anh bao giờ trở lại? Xin trả lời, xin trả lời mai mốt anh về… Anh trở về anh trở về trên đôi nạng gỗ. Anh trở về, anh trở về bại tướng cụt chân…*" Nét mặt thống khổ, hai hàng nước mắt tuôn dài cùng tiếng ca nức nở của Thủy Ngọc khiến tất cả khán giả bàng hoàng đến sửng sờ!

Đến đoạn điệp khúc, giọng *Soprano* của Thủy Ngọc vút cao: "*…Anh trở về nhìn nhau xa lạ. Anh trở về dang dở đời em. Ta nhìn nhau ánh mắt chưa quen. Cố quên đi một lần gian dối, anh ơi!…*". Một quân nhân mặc quân phục Biệt Động Quân, chống nạn, khập khểnh rời hội trường; vì trái tim của quân nhân này không thể nhận thêm bất cứ sự đau đớn, dày vò nào nữa!...

***

Thấy Luân cùng với Bố Mẹ đến thăm, Ni Cô Diệu Thu rất ngạc nhiên; càng ngạc nhiên hơn nữa khi Ni Cô thấy thái độ của Luân rất bối rối, bồn chồn và Bố Mẹ thì lo âu, buồn bả, chứ không bình thản như những lần Bố Mẹ đến thăm Ni Cô trước đây. Luân nhập đề ngay:

- Ni Cô có theo dõi thời sự hay không?

- Dạ không. Nhưng em nghe nhiều Phật tử bàn tán.

- Cô Chú muốn tôi đưa lên đây để thuyết phục Ni Cô cùng di tản với gia đình.

- Thưa Bố Mẹ, thưa anh, con đã an trú cửa Phật rồi thì đâu có gì mà phải di tản?

- Ni Cô chưa hiểu bản chất của Cộng Sản đâu. Ni Cô nên nghe lời, về nhà cùng đi với gia đình; gia đình không bao giờ ra đi mà để Ni Cô ở lại.

Quay sang Bố, Ni Cô giải thích:

- Thưa Bố Mẹ, người đã thành tâm xuất gia thì không bao giờ chọn sự sung sướng cho bản thân mà chỉ cầu an vui cho tha nhân. Con chỉ muốn sớm tối nương tựa cửa Phật và phát huy đạo pháp.

Giọng Bố rất buồn:

- Nếu Ni Cô muốn phát huy đạo pháp thì Ni Cô nên đi với gia đình; dù gia đình cũng chưa biết sẽ đi đâu và đến đâu. Nhưng gia đình – nhất là các em trai của Ni Cô – không thể nào ở lại với Cộng Sản. Đến bất cứ đâu, Ni Cô cũng có thể rao truyền về Phật Giáo để cảm hóa con người.

- Thưa Bố, nếu muốn cảm hóa con người một cách thiết thực thì con nên ở lại Việt Nam để cảm hóa những kẻ ác – những kẻ đã tạo ra không biết bao nhiêu đau thương cho dân tộc Việt Nam trong cuộc chiến vừa qua!

Rất ngạc nhiên trước sự suy luận rất hiện thực của Ni Cô, nhưng Bố vẫn thuyết phục:

- Ni Cô nên nhớ, ở ngoại quốc rất ít người theo đạo Phật; Ni Cô nên ra đi để có cơ hội giúp người ngoại quốc hiểu về Phật Giáo.

- Thưa Bố, con nghĩ, trên thế giới, bất cứ người nước nào cũng có nhiều thiện tâm hơn người Việt mình; thế thì người ngoại quốc không cần con phải đem đạo lý của Đức Phật ra giảng cho họ.

- Lý do nào Ni Cô lại nói như thế?

- Bố và anh Luân nghĩ xem, trên thế giới có quân đội nào xua quân tàn sát gần như trọn vẹn dân chúng của một thành phố lớn, như Huế, năm 1968? Có quân đội nào mỗi ngày pháo kích cả ngàn quả đại pháo hoặc hỏa tiễn 120 ly vào các thành phố đông dân cư, như Bình Long, An Lộc rồi pháo kích ngay vào trường học Cai Lậy và bệnh viện Long An? Có quân đội nào pháo kích chính xác và điên cuồng vào đoàn dân chạy loạn từ Quảng Trị vào Huế năm 1972 và từ Đà Nẵng sang Tiên Sa vào tháng cuối Ba năm 1975? Có quân đội nào đưa ra chiến trường thanh niên 13, 14 tuổi rồi buộc những thanh niên này phải thực hiện chiếc thuật biển người? Có quân đội nào, ngay sau khi cưỡng chiếm được mục tiêu, đã xua đuổi tất cả thương binh ra khỏi những quân y viện của "bên thua cuộc"? Câu giải đáp là: Chỉ có quân đội Cộng Sản Bắc Việt mới vô nhân tính khi thực hiện những hành động tàn ác đó. Những hành động dã man như thế không thể gọi là chiến đấu.

- Nếu Ni Cô hiểu được như thế thì Ni Cô càng nên ra đi, xa lánh kẻ ác. Nơi môi trường mới Ni Cô cũng vẫn có thể hoành dương đạo pháp.

- Thưa Bố, nếu cần phải dùng tín ngưỡng để cảm hóa con người thì chúng ta nên dùng tín ngưỡng để cảm hóa kẻ ác trước; và kẻ ác cần phải cảm hóa chính là người Cộng Sản Việt Nam; vì họ đã bị đầu độc, bị cổ xúy, rồi dùng vũ khí của Nga, Tàu và tất cả mọi thủ đoạn để giết người miền Nam với chủ đích cướp đi phần đất mà chính những kẻ ác đó đã đồng ý phân chia từ năm 1954!

Luân có vẻ sốt ruột:

- Chúng ta không có thì giờ để tranh luận. Ni Cô nên nghe lời Cô Chú kẻo Cô Chú buồn.

-Thưa Bố Mẹ, con xin lỗi Bố Mẹ. Bố Mẹ cho con ở lại để con được thực hiện hạnh nguyện của con.

Đến lúc này, không thể kềm giữ tình cảm được nữa, Mẹ khóc ròng:

- Con ơi! Bố Mẹ chỉ có con là con gái, không hiểu vì lý do gì con đi tu, Mẹ đã đau buồn nhiều lắm rồi! Bây giờ con lại đành đoạn ở lại thì Mẹ sống sao nỗi, con ơi!

… Kể đến đây, Luân cảm thấy đau lòng quá, vội nhìn xuống để Thạch không thấy đôi mắt ửng đỏ của Luân. Cả hai im lặng rất lâu. Nhìn vùng biển lao xao phía xa của trại tỵ nạn Orote Point, Guam, tâm trí của Thạch quay cuồng. Cảm giác hụt hẫng và trạng thái chối bỏ quyện vào nhau khiến Thạch cảm thấy nhức đầu và gần như ngộp thở! Cảm giác này cũng tương tự như buổi sáng năm nào, tại quân y viện Pleiku, Thạch tỉnh lại, nhận ra chân trái của chàng không còn nữa!

Luân hỏi:

- Thạch! Lần cuối cùng mày thấy hoặc gặp Thủy Ngọc là lúc nào?

Thạch kể lại diễn tiến buổi văn nghệ liên trường. Luân thở dài:

- Thế thì tao hiểu rồi. Tội nghiệp em tao! Nó giữ kín niềm đau, gia đình không ai biết.Tại sao mày bị thương mà mày cũng giấu tao?

- Vì mày biết thì Thủy Ngọc biết.

- Nếu thế thì mày tham dự văn nghệ liên trường để làm gì?

- Tình cờ ghé thăm trường tao mới biết có buổi văn nghệ đó. Tao suy nghĩ và muốn đích thân tao giải bày nỗi niềm của tao với Thủy Ngọc chứ tao không muốn người khác mách lại.

Bất ngờ nghe Luân vô tình nói tên ngôi chùa mà Thủy Ngọc đang tu, tâm trạng của Thạch rối bời và trí óc quay cuồng! Sau khi bằng lòng với quyết định của mình, Thạch bảo:

- Thôi, tao đi!

- Đang sắp hàng lấy phần ăn, sắp tới phiên rồi, sao mày lại bỏ đi?

Thạch vẫy tay, khập khểnh bước đi…

***

Nhờ số tiền nhiều người di tản biếu trước khi Thạch trở về trên thương thuyền Việt Nam Thương Tín – khi Thạch bị giam tại Nha Trang, ban quản giáo tịch thu hơn một nửa – Thạch đi xe đò về Sài Gòn, đến ngay ngôi chùa mà Luân đã vô tình nói tên.

Sư Cô trù trì cho Thạch biết, lý do Ni Cô Diệu Thu xin hoàn tục là vì Bố Mẹ của Ni Cô bị "cách mạng" bắt đi kinh tế mới. Ni Cô biết Bố Mẹ không quen lao động cực nhọc, Ni Cô muốn nhận lãnh trách nhiệm của người con bất hiếu! Bao giờ Bố Mẹ quy tiên, Ni Cô sẽ trở lại con đường tầm đạo!

Đến nhà Thủy Ngọc, chỉ thấy những kẻ quê mùa, đen

đúa, còi cọc và hầu như ai cũng có đôi má gồ, răng vẩu, đầy cáu bẩn, đôi mắt láo liêng như rình rập ai, như sợ sệt điều gì và phát ngôn the thé thứ tiếng Bắc rất lạ tai, Thạch than thầm: *"Những kẻ này mà thắng mình được sao, Trời!"*

Đến nhà Bố Mẹ của Luân, Thạch cũng chỉ thấy những người của "bên thắng cuộc"!

Thạch về nhà Cha Mẹ. Một người đàn ông – cũng da xanh mét, răng hô, má gồ và đôi mắt láo liêng như sợ sệt, như theo dõi ai – bước ra, hỏi:

- Anh cần gì?

- Cách nay không lâu, tôi ngụ tại ngôi nhà này.

- Ô, thế anh "nà" con của ông Trưởng Ty…

Thạch đáp nhanh, không để ông này nói tiếp:

- Vâng. Tôi là con cả.

- Thế anh "nà" đại úy Biệt Động Quân, đúng không?

- Vâng.

- Tôi được "nhà nước" cấp cho ngôi nhà này, ngoài ra chúng tôi không biết gì cả.

Thạch thầm nghĩ *"Chiến thắng để được như thế này hèn chi 'cha con nó' mới thề 'sinh Bắc tử Nam'!"* rồi hỏi:

- Thế ông biết Ba Má tôi dời đi đâu hay không?

- Gia đình tôi mới dọn vào nhà này khoảng vài tháng thôi nên tôi chả biết.

Thạch cảm ơn ông rồi bùi ngùi quay đi.

Lang thang, đau khổ và lạc lõng ngay trên Quê Hương mà chàng đã để lại một phần thân thể, Thạch bỗng nghe tiếng hát nghẹn ngào của một thương binh "Ngụy" đang ngồi xin tiền bên gốc cây: *"....Để rồi một năm nơi biên cương dấn bước thân nơi sa trường. Ngày thì tìm vui bên tiếng súng khi đêm anh vui với đàn...Dù mộng tàn phai trong thương đau..."(3)*

Tiếng ca ai oán của anh thương binh như cơn nước lũ cuốn đi tất cả sự kiên nghị, bản tính can cường và ý chí phấn đấu của Thạch! Thạch hơi cúi đầu, bậm môi thật chặt rồi kín đáo đưa tay quẹt nước mắt!...

(1) và (2) Dư Âm của Nguyễn Văn Tý
(3) Chiều Hành Quân của Lam Phương

Dáng Xưa

Đoàn quân cộng sản Việt Nam (CSVN) qua khỏi đường Độc Lập, đi về hướng rạp xi-nê Tân Quang. Với đôi dép râu, nón cối, Lộc vừa bước vừa cố ý tìm lại ngôi nhà xưa của Thúy Vân – người tình trong mộng của Lộc. Bất ngờ Lộc ngạc nhiên khi thấy từ hướng quân y viện Nguyễn Huệ, nhiều xe xích-lô chở thương binh chạy ngược chiều với chàng. Nhìn quanh, Lộc thấy rất nhiều thương binh – không được người nhà đón – đang bò, lết bên lề đường!

Đang hoang mang, Lộc chợt thấy một thương binh cụt hai chân, máu tươm ra từ vết thương, đang nằm xuôi tay bên vệ đường. Một cán bộ bước đến, đá vào vết thương của anh thương binh. Lộc chạy đến, ngăn:

- Nó chết rồi, tha cho nó đi, đồng chí!

- Chết cái '.éo' gì mà tay nó còn ngo ngoe thế kia?

Sau khi nhìn kỹ, Lộc bảo:

- Vâng, người này còn sống, đồng chí.

Đồng chí ấy quát:

- Sống cũng ".éo" có "nợi" ích gì cho đất nước, cho xã hội. Đồng chí còn nhớ thời mình thực hiện "nời" của bác để xẻ dọc Trường Sơn đánh Mỹ "kíu" nước, có thằng bộ đội nào bị thương nặng mà được đưa về hậu cần hay không?

Lộc chưa kịp đáp thì đồng chí ấy vừa quay đi vừa tiếp:

- Bắn bỏ nó đi! Đồng chí không "xử ný" nó thì để tớ "xử ný"!

- Được rồi, tôi sẽ "xử lý" nó.

Vừa khi đó vợ của anh thương binh chạy đến. Nhìn sát mặt anh thương binh để nhận diện, vợ anh ấy thét lên:

- Trời ơi! Nghe tin CSVN đuổi thương binh Việt Nam Cộng Hòa (V.N.C.H.) ra khỏi quân y viện, em với anh Phát tìm anh khắp nhà thương mà không thấy!

Trong khi vợ của anh thương binh vừa khóc vừa đưa cao tay vẫy chiếc xích lô thì Phát xuất hiện. Tiếng "Phát" của người phụ nữ nhắc Lộc về người bạn rất thân, ngày xưa học cùng lớp. Lộc nhìn Phát, không tìm được nét thân quen nào! Xích lô dừng lại. Lộc vừa khom xuống đỡ anh thương binh giúp Phát vừa hỏi nhỏ:

- Anh Phát! Anh họ gì?

- Chi vậy, cán bộ?

- Hồi trước anh có học trường Võ Tánh hay không?

- Có.

- Đệ nhị cấp anh học lớp nào?

- C2.

- "Thằng khỉ"! Tao, Lộc "sún" nè!

Nhận ra Lộc, Phát im lặng. Lộc tiếp:

- Mày còn ở với cụ Bà nơi đường Công Quán hay không?

Quay sang người phụ nữ và bác xích lô, Phát bảo:

- Đưa nó về nhà. Anh chạy về ngay.

Xoay sang Lộc, Phát tiếp:

- Còn. Cán bộ hỏi để làm gì?

- Cán bộ cái con khỉ! Mỗi đứa có một con đường do hoàn cảnh đất nước đưa đẩy thôi.

- Đừng lạm dụng chữ nghĩa! Cả lớp – ngoại trừ nhỏ Thúy Vân – đều biết, con đường của cán bộ đi không phải do hoàn cảnh đất nước đưa đẩy mà chỉ vì nhỏ Thúy Vân.

Lộc cúi mặt, im lặng. Ngày xưa, Thúy Vân không những thu hút phái nam bằng sắc đẹp mà tiếng hát của nàng cũng làm say đắm nhiều người. Nhân lúc chỉ có chàng và Thúy Vân bước lên cầu thang để lên lớp, Lộc hỏi:

- Thúy Vân! Điều gì ở phái nam thu hút sự chú ý của bà?

- Bộ quân phục – nhưng không phải quân phục của CSVN đâu, nha! Chỉ có bộ quân phục mới thể hiện được tất cả nam tính của một thanh niên.

Lộc thầm nghĩ, nếu thi tú tài I và tú tài II thông suốt thì ít nhất cũng hai năm nữa Lộc mới có thể được mặc quân phục; trong thời gian đó, chỉ có Trời mới biết khi nào Thúy Vân sẽ bị một trong những chàng mặc quân phục – mà Lộc thường gặp tại nhà Thúy Vân – "rinh" đi!

Trong khi Lộc lặng lẽ ôm niềm thất vọng thì, vào giờ ra chơi, Doanh – học trên Lộc mấy lớp, nhân chuyến về phép, ghé thăm trường cũ – xuất hiện trong bộ quân phục Không Quân. Thấy nụ cười tươi và khuôn mặt rạng rỡ của Doanh rồi nhìn nhiều nữ sinh len lén nhìn theo Doanh với ánh mắt đầy thiện cảm, Lộc chịu không được! Điều làm cho Lộc khó chịu hơn nữa là sau đó, Lộc nghe học sinh "xầm xì" rằng Doanh từng đeo đuổi Thúy Vân, nhưng Thúy Vân còn bé, chỉ thích ca hát, chưa biết yêu!

Thời gian sau, cũng nhân lần về phép, Doanh ghé trường vào giờ ra chơi, thăm thầy Hiệu Trưởng và xin phép đến lớp đệ nhất C2 thăm người bạn. Khi đến trước cửa lớp của Thúy Vân, nhìn quanh không thấy nàng, Doanh trao cho Lộc một hộp giấy, nói:

- Em! Em làm ơn trao hộp này cho Thúy Vân. Trong này không có gì quan trọng; chỉ có xấp lụa màu tím để may áo dài.

Trong buổi văn nghệ mừng Xuân năm đó, Thúy Vân – với đôi mắt ươn ướt và khuôn mặt rất buồn – mặc chiếc áo dài tím do Doanh tặng. Trước khi hát, đột nhiên Thúy Vân nói vào micro:

- Kính thưa thầy Hiệu Trưởng, quý thầy cô, quý phụ huynh học sinh và các bạn, con xin trình bày tình ca Ngàn Thu Áo Tím của Hoàng Trọng và Vĩnh Phúc để tưởng nhớ anh Doanh, cựu học sinh của trường Võ Tánh.

Thúy Vân nghẹn lời, đưa tay quẹt nước mắt, tiếp:

- Trong một phi vụ Bắc phạt, phi cơ của anh Doanh đã bị hỏa tiễn tầm nhiệt của Nga bắn hạ tại Hà Nội!

Cả hội trường "ồ" lên một tiếng thảng thốt!

Thúy Vân đứng yên, nước mắt nhạt nhòa, thu hết nghị lực, lắng nghe tiếng Guitar của Lộc, rồi "bắt" vào: *"Ngày xưa xa xôi em rất yêu màu tím... mà sao anh đi, đi mãi không về nữa? Một bóng áo tím buồn ngẩn ngơ, khóc trong chiều gió mưa, khóc thương hình bóng xưa!...Ngàn thu đau thương vương áo em màu tím. Nhuộm tím những chuỗi ngày vắng nhau, tháng năm càng lướt mau, biết bao giờ thấy nhau!"* Trong khi Lộc cúi chào và cả hội trường vừa vỗ tay vừa đứng lên thì Thúy Vân chấp hai tay, từ từ quỳ xuống!...

Đang chìm đắm trong vùng ký ức xa xưa, tiếng Phát đưa Lộc trở về hiện tại:

- Chào cán bộ. Tôi phải về lo cho em tôi.

- Tao đi với mày. Mẹ! Trở về quê xưa, chỉ gặp mày là thằng bạn duy nhất mà mày cũng không thèm nhận tao là người bạn xưa thì tao sống thế ".éo" nào đây, Phát?

- Ủa, hai Bác với anh chị em của cán bộ hồi đó ở gần cầu Hà Ra, cán bộ đã ghé thăm chưa?

- Di tản hết rồi! Bây giờ tao chỉ còn có mày thôi. Đi! Đi về nhà mày xem thằng em của mày ra sao.

Hai người vừa đi vừa chạy. Lộc tiếp:

- Tại sao em mày bị thương nặng vậy?

- Nó tòng sự tại tiểu khu Phú Yên. Khi quân của V.N.C.H. rút khỏi vùng I và vùng II, nó cùng đoàn người di tản về đây bằng đường bộ. Đến đèo Rù Rì, CSVN pháo kích ngay vào đoàn người di tản. Nó "lãnh đủ" – may mà không chết!

- Làm gì có chuyện bộ đội pháo kích ngay vào đoàn người di tản, mày!

- Cán bộ hỏi thì tôi nói; tin hay không là quyền của người "thắng cuộc".

- Thắng cái ".éo" gì! Nếu bên tao thắng thì ông bà Già và anh chị em của tao đâu phải "bỏ của chạy lấy người"!

- Đó là cán bộ nói chứ không phải tôi.

- Mày mang "quân hàm" gì? Quân binh chủng nào?

- Tôi chỉ khai khi được giới chức CSVN trực tiếp phỏng vấn; còn chức vụ cũng như quyền hạn của cán bộ là gì tôi không biết nên tôi không khai.

- Tao biểu mày "dẹp" hai tiếng cán bộ đi, "thằng khỉ"?

Phát im lặng. Lộc tiếp, bằng giọng thân tình:

- Gọi tao bằng "mày" như hồi trước đi, Phát! Hồi đó tụi con trai gọi nhau bằng "mày, thằng"; con gái gọi nhau bằng tên hoặc "bồ"; còn con trai gọi con gái cùng lớp bằng "bà" và con gái gọi con trai cùng lớp bằng "ông". Nhớ không?

Phát im lặng. Lộc tiếp:

- Khi tụi tao kéo quân qua cầu Hà Ra, tao xin phép cấp trên để ghé nhà thăm gia đình tao. Không ngờ, cả xóm chỉ còn lèo tèo vài gia đình không di tản kịp. Nhìn ngôi nhà vắng lặng của ông bà Già tao, tao khóc và tự hỏi: Tại sao thằng con đi theo "cách mạng" mà khi "cách mạng" thắng, thằng con trở về thì Cha Mẹ và họ hàng của nó phải "dông mất tiêu"? Từ ngày tao thất vọng vì nhỏ Thúy Vân và trở nên oán giận những người mặc quân phục V.N.C.H. cho đến giây phút nhìn xóm làng "vắng hoe" tao mới ý thức được sự nông nổi, bồng bột của tao! Mày hiểu tao chưa, Phát?

Phát thở dài, vừa nói vừa choàng vai Lộc:

- Tao hiểu mày rồi, Lộc!

***

Cô gái tính tiền xong, bà Vân đưa Discover card, hỏi:

- Cô làm ơn nhắc giùm tôi đưa phía nào của credit card vào máy?

Cô tính tiền nói lớn và nhanh bằng giọng Bắc lơ lớ như người Nùng:

- Bộ hồi giờ không "cà" hay sao?

- Tôi không nhớ chứ không phải tôi không biết.

- Có thẻ mà không nhớ để "cà" thì có thẻ để làm dzì?

- Cô từ Việt Nam mới qua, phải không? Ở đây không ai đối xử với nhau thiếu lễ độ như cô. Tôi sẽ gặp manager của cô sau khi tôi trả tiền.

- "Chảnh" dữ! Người trông thế mà độc!

Sau khi tìm người quản lý, trình bày câu chuyện, bà Vân đi nhanh ra cửa. Bất ngờ bà Vân nghe tiếng gọi từ phía sau:

- Chị ơi, chị!

Bà Vân quay lại. Một người đàn ông vừa bước nhanh về phía bà vừa nói:

- Chị xem thử lúc nãy xảy ra "sự cố" với cô tính tiền, chị có làm rớt bằng lái xe hay không? Nãy giờ thấy chị nói chuyện với manager, tôi không dám tới hỏi.

- Cảm ơn ông, để tôi xem.

Mở ví xem, bà Vân mỉm cười:

- Vâng, tôi làm rớt bằng lái xe khi lấy credit card ra khỏi billfold.

Từ nãy giờ nhìn tấm ảnh trên bằng lái xe, bây giờ thấy nụ cười và nghe giọng nói, ông Lộc hỏi:

- Xin lỗi, hồi trước chị có ở Nha Trang hay không?

- Dạ, có.

- Chị học trường Võ Tánh, lớp C2, đúng không?

- Sao ông biết?

- Bà ơi! Tôi là Lộc cùng lớp với bà nè!

Bà Vân còn hoang mang, ông Lộc tiếp:

- Nhớ ai đàn cho bà hát bài Ngàn Thu Áo Tím để tưởng nhớ anh Doanh không?

- Nhớ rồi! Làm thế nào ông nhận ra tôi?

- Bà không khác mấy.

- Già nhiều chứ!

- Ở đây đông người, ồn quá! Mời bà về nhà tôi – gần lắm – nói chuyện xưa. Tôi gọi thằng Phát tới thăm bà luôn. Thằng Phát mà biết tôi gặp lại bà là nó… "nhảy cà tưng" cho xem.

- Phát nào?

Ông Lộc lấy điện thoại ra, vừa bấm số gọi ông Phát vừa đáp:

- Hồi đi học bà cứ ngơ ngơ, đâu thèm để ý đến tụi này. Thằng Phát trưởng lớp đó.

Bà Vân chưa kịp đáp, ông Lộc nói gì trong điện thoại rồi trao điện thoại cho bà:

- Thằng Phát tưởng tôi đùa. Nó muốn nói chuyện với bà.

***

Thấy ngôi nhà vắng vẻ, bà Vân hỏi ông Lộc:

- "Bà Đầm" của ông đâu?

- Bà ấy chết lúc gia đình vượt biển; tôi bị bắt, ở tù mấy năm.

- Ông đi theo lý tưởng của ông; đến khi "phe" của ông thắng thì gia đình ông lại liều chết đi vượt biển. Lạ thật!

- Thôi, bà đừng khơi lại vết đau còn mưng mủ của tôi! Bà đi năm 75, phải không?

- Vâng.

- Qua đây sớm thì đỡ; qua trễ như tôi cực quá, phải vừa đi làm vừa đi học.

- Qua 75 cũng vậy thôi. Ủa, con cháu của ông đâu mà nhà im quá vậy?

- Ba thằng con trai mua nhà trong vùng này. Tôi sống với vợ chồng đứa con gái. Để tôi lấy hình gia đình của tôi cho bà xem, nhen!

- Okay.

Nhìn tấm hình gia đình toàn người Việt mà lại có chàng Mỹ đứng cùng, bà Vân hỏi:

- Chàng Mỹ nào đây?

- Rể của tôi.

Bà Vân lặng im, cảm thấy cay đắng! Như nhận biết bà Vân nghĩ gì, ông Lộc tiếp:

- Tôi biết bà nghĩ gì rồi! Cha theo CSVN đánh Mỹ "kíu" nước. Mỹ đi rồi, con gái phải lấy Mỹ để cứu Cha và anh chị em ra khỏi vũng lầy do CSVN và Trung cộng tạo nên. Mỉa mai quá, phải không?

- Ông đừng để mặc cảm dày vò. Chúng tôi – kẻ trốn khỏi CSVN từ 1975 – không thể có thiện cảm với những ai qua Mỹ sau này mà lại mang theo những hành động, lời lẽ thiếu lễ độ, thiếu lịch sự rồi hễ có cơ hội lại trương "cờ máu" ra! Nếu lá "cờ máu" đó có giá trị đối với quý vị thì tại sao quý vị phải bỏ Quê Hương ra đi? Chúng tôi sẽ dang tay đón quý vị trong tình đồng chủng nhưng chúng tôi không thể nhìn lá "cờ máu" bằng ánh mắt thân thiện; vì lá "cờ máu" gợi lại trong lòng chúng tôi những khổ lụy mà hơn nửa thế kỹ qua "đảng cờ máu" – đảng CSVN – đã gây nên cho Quê Hương và dân tộc! Hãy dẹp lá "cờ máu" ấy đi!

Bà Vân vừa nói đến đây thì chuông cửa reng.

Vừa thấy bà Vân, ông Phát dừng lại, dang hai tay, cười:

– Đúng như thằng Lộc nói, bà không khác nhiều; gặp ngoài đường tôi vẫn nhận ra. Bây giờ đứa nào cũng già rồi, bà cho tui "hug" bà một cái, được không?

Cả ba người cùng cười rồi choàng vai nhau. Khi tình cảm lắng xuống, cả ba người đều tưởng như được trẻ lại, được sống những ngày vui dưới ngôi trường Võ Tánh thân yêu! Ông Phát hỏi:

– Bà ở đây hay là từ đâu tới mà gặp "thằng khỉ" này?

– Tôi ở đây mấy mươi năm rồi. Còn ông?

– Gia đình tôi qua theo diện H.O.. Thằng Lộc qua sau, nhưng nó chịu khó đi học lại. Nó làm cho công ty điện lực; công việc tốt quá, nó chưa thèm về hưu. Còn "ông xã" của bà đâu?

– Ông ấy kẹt lại, bị tù và chết trong tù!

– Từ ngày ông Hồ du nhập chủ nghĩa cộng sản vào Việt Nam, tôi chưa thấy một gia đình Việt Nam nào mà không là nạn nhân của đảng CSVN! Nhưng thôi, bạn bè mấy mươi năm mới gặp lại, nói chuyện "dzui" nhen, bà!

Bà Vân nhún vai. Ông Lộc cười khẩy, đáp lời ông Phát:

– Đời tôi đâu có gì vui. Đúng là "sai một ly, đi một

dặm"! Sau khi sống, làm việc trong hàng ngũ của tụi nó – CSVN – bây giờ nhìn vào tất cả thảm trạng trên quê hương Việt Nam tôi chỉ thấy: Kẻ thù của đảng CSVN chính là người Việt Nam thôi!

Thấy bà Vân và ông Phát nhìn nhau như ngại ngùng, ông Lộc tiếp:

- Trong mấy mươi năm qua tôi đã góp phần với CSVN để tạo ra nhiều điều tàn ác cho người cùng dòng máu, cùng ngôn ngữ với tôi…

Nói ngang đây, ông Lộc xúc động, im lặng.Bà Vân hỏi:

- Vụ Mậu Thân ông có tham dự hay không?

- Sao khỏi được! Trong những cuộc xâm lăng tàn khốc vào miền Nam đều có tôi! Sau khi chiếm được miền Nam, những "thằng" bộ đội như tôi đều muốn thấy một cái gì tốt đẹp cho Quê Hương mình. Nhưng chúng tôi hoàn toàn thất vọng khi nhận ra, chúng tôi góp xương máu chống Mỹ để sau đó đảng CSVN "rước" Trung cộng vào! Đảng và người CSVN chỉ thực hiện những gì có lợi ích cho đảng và người cộng sản mà thôi. Điển hình như chuyện phá rừng. CSVN từ rừng chui ra, nhờ rừng mà ẩn náu hơn 20 năm; bây giờ CSVN cho cày nát rừng để lấy gỗ quý bán cho Trung cộng và xây nhà cho cán bộ; vì vậy, mỗi khi mưa – cây rừng không còn để ngăn bớt nước – lũ lụt dâng cao, người dân nghèo không có phương tiện tránh lũ, chết! Trong khi người nghèo phải chống chọi với nghèo đói, lũ lụt, thức ăn nhiễm hóa chất do Trung cộng nhập cảng thì CSVN còn bắt dân nghèo đóng tiền xây dựng nông thôn! Theo Vietnamnet thì tại Cẩm Xuyên, Hà Tĩnh, trẻ em từ 6 tháng cho đến người già dưới 80 tuổi, trung bình mỗi "hộ" phải đóng từ 4 đến 5 triệu đồng!

Ông Phát và bà Vân lại nhìn nhau với ánh mắt lúng túng, hoài nghi. Ông Lộc tiếp:

- Bỏ hết mấy chuyện CSVN xé hiệp ước đình chiến, xây tượng đài đi! Tôi chỉ muốn nói với hai bạn về vài việc bất nhân, bất nghĩa sau 1975 thôi.

Bà Vân hỏi:

- Sau khi ông biết sự thật của CSVN tại sao ông không ra chiêu hồi để trở về miền Nam?

- Bà tưởng dễ lắm sao? Thằng bộ độ nào ra chiêu hồi mà gia đình thằng đó còn ở ngoài Bắc thì gia đình thằng đó kể như "tiêu"; vì sẽ bị CSVN trừng trị thẳng tay. Còn thằng chiêu hồi mà gia đình ở trong Nam thì dễ quá, CSVN ra lệnh cho đám nằm vùng "xử lý" gia đình thằng đó liền!

Ông Phát thở dài:

- Một chế độ mà xem thường nước mắt và máu của người dân rồi xoay ra bắt tay, dâng đất cho Trung cộng – kẻ thù truyền kiếp của người dân – thì chế độ đó không sớm thì muộn cũng tan!

Bà Vân chán nản:

- Năm ngoái, CSVN cho Tàu cộng thuê 3 đặc khu, thấy người trẻ trong nước tổ chức nhiều cuộc biểu tình ôn hòa nhưng rầm rộ, tôi rất vui mừng và thán phục. Nhưng từ khi Thủ Thiêm bị cưỡng chế để xây nhà hát giao hưởng – mà không thấy người trẻ trong nước tỏ thái độ tích cực – tôi rất thất vọng!

Ông Lộc lên tiếng:

- Tụi CSVN biết mẹ gì về âm nhạc, nghệ thuật mà đòi xây nhà hát giao hưởng! Ngay như thủ tướng CSVN Nguyễn Xuân Phúc mà còn làm trò cười trên truyền thông quốc tế về hành động cầm tờ chương trình quạt "phành phạch" tại buổi hòa nhạc giao hưởng ở Đức, do thủ tướng Đức – bà Markel – mời tất cả nguyên thủ quốc gia tham dự hội nghị thượng đỉnh G20; vậy thì làm thế nào đảng và người CSVN hiểu được nhạc giao hưởng là gì? Còn thành phần dân chúng có trình độ thưởng thức thì lại không có tiền mua vé vào cửa! Thế thì xây nhà hát giao hưởng để làm gì trong khi bệnh viện thì quá tải và trẻ em đi học thì không có phương tiện? Nếu bảo rằng xây nhà hát giao hưởng để chứng tỏ Việt Nam cũng văn minh như các nước khác thì hãy nhìn vào những đống rác sau mỗi vụ tập họp, vui chơi và số lượng rác trong những con kinh, con lạch trong các thành phố mà rất nhiều lần người ngoại quốc phải tự nguyện dọn rác giùm trong khi người Việt thì dùng iPhone để quay phim, chụp hình!

Bà Vân hỏi:

- Những điều ông nêu ra rất chính xác. Còn vụ vườn rau Lộc Hưng, ông nghĩ như thế nào?

- Vụ vườn rau Lộc Hưng cũng như các vụ ở Cần Thơ, Cồn Dầu, Dương Nội, Tiên Lãng, Long An, Dak Nông, Thủ Thiêm, v.v…đều là những vụ CSVN cướp đất của dân – cũng như năm 1975 CSVN cướp miền Nam – chứ khác gì đâu!

Ông Phát chen vào:

- Hồi đó, nghe Việt Minh đốt hoặc đập phá chùa, nhà thờ, nhà dân để thi hành chính sách "bần cùng hóa nhân dân", tôi không tin! Bây giờ, gần một thế kỷ sau mà CSVN cũng vẫn "xài" chính sách đó; chỉ khác một tý là bây giờ CSVN không giăng khẩu hiệu "đả đảo thực dân Pháp tàn phá quê hương ta"!

Ông Lộc cười:

- Bây giờ phải giăng khẩu hiệu là: "Đả đảo cộng sản Việt Nam tàn phá quê hương ta!"

Ông Phát cười:

- Đúng đó, Lộc! Vậy mà CSVN cứ nói "hòa giải"!

Bà Vân góp ý:

- Hòa giải cái nổi gì khi mà nhà cầm quyền CSVN đối xử với "nhân dân" thì như đối với kẻ thù; còn đối với Thương Binh Việt Nam Cộng Hòa (T.B./V.N.C.H.) thì quá tàn tệ! CSVN đuổi thương binh ra khỏi quân y viện ngay khi chiếm được miền Nam! Mới đây, ngày 23 tháng 01 năm 2019, gần Tết, nhà thờ Hòa Khánh, quận Liên Chiểu, Đà Nẵng tổ chức Tri Ân T.B./V.N.C.H.. Nhiều vị Thương Binh đến từ Nha Trang, Phú Yên, v.v…chỉ với mục đích được gặp lại bạn hữu cùng cảnh ngộ; vậy mà cả 100 nhân viên công lực của CSVN đến rút giây điện micro, buộc tháo gỡ mọi sự trang hoàng!

Ông Lộc bảo:

- Tôi đã đọc vụ Thương Binh V.N.C.H. ở Đà Nẵng. Nhưng khi xảy ra vụ Lộc Hưng – cũng có liên hệ trực tiếp đến T.B./V.N.C.H. – thấy đôi chân giả của ông T.B./ V.N.C.H. nào bị bỏ "chổng gọng" trên đống gạch vụn, tôi cảm thấy bất nhẫn vô cùng!

Bà Vân hỏi:

- Còn vụ "an ninh mạng", ông Lộc nghĩ sao?

- Nghĩ gì nữa! Nhà cầm quyền CSVN cứ "bô bô" cái miệng là không có vấn đề bán đất cho Trung cộng.Thế thì ai cho Trung cộng vào làm "tành banh" nước Việt Nam? Do đó, tụi CSVN bày đặt luật an ninh mạng chỉ với mục đích giới hạn sự hiểu biết của người dân thôi.

Bà Vân thở dài:

- Thôi, quên hết đi; vì ông đã thỏa mãn được ước nguyện của ông rồi!

Ông Lộc đáp rất thật:

- Tôi đâu có ước nguyện theo Việt cộng đâu, bà!

- Thế thì tại sao ông bỏ học để vào "bưng"?

Ông Lộc và ông Phát nhìn nhau. Ông Phát nghĩ, "hai đứa nó" bây giờ cũng độc thân, biết đâu mình nói ra sự thật sẽ giúp được "hai đứa nó" trong tình cảnh hiện tại. Nửa đùa nửa thật ông Phát cười lớn, đáp thế ông Lộc:

- Tại hồi đó nó thất tình bà!

Bà Vân giật mình:

- Ông Phát này nói tầm bậy!

Ông Lộc nhìn bà Vân, nghiêm giọng:

- Thằng Phát nói đúng sự thật!

- Cái gì?

Ông Lộc tiếp:

- Bà nhớ, sau khi chấm dứt đơn ca tình khúc Ngàn Thu Áo Tím, bà vừa quỳ xuống vừa chấp tay như nguyện cầu hay không? Hình dáng của bà lúc ấy trông thánh thiện vô cùng! Và cũng chính hình dáng của bà lúc ấy cho tôi hiểu rằng không bao giờ tôi có thể quên bà được!

Bà Vân chuyển đề tài:

- Trong cuộc chiến, bạn mình chết nhiều lắm, ông Lộc biết không?

- Tôi đâu có trực tiếp giết tụi nó!

- Đúng! Ông không trực tiếp giết bạn của chúng ta; nhưng, nếu không có những người như ông, không có những kẻ nằm vùng, những kẻ nội tuyến và những người trong Mặt Trận Giải Phóng Miền Nam thì chưa biết ai giải phóng ai!

- Bà nói đúng. Nhưng cuộc chiến đã qua gần nửa thế kỷ. Hãy quên hết để sống cho thời gian còn lại của tuổi xế chiều.

- Tôi chưa thể quên được! Bạn tôi và thuộc cấp của ông nhà tôi chết nhiều lắm!

- Thôi, mình là bạn xưa, bây giờ gặp lại trong hoàn cảnh đơn côi, hãy để tình bạn nẩy sinh theo chiều hướng tốt đẹp nhất, nha!

- Tôi vẫn xem ông là bạn. Gặp ông tôi vẫn chào hỏi.

- Chỉ vậy thôi sao?

- Làm thế nào hơn được?

- Cuối tuần mình có thể đi ăn, đi xi-nê, đi nghe nhạc, đi du lịch chứ?

- No way!

- Tại sao?

- Ông nhớ thời mình học tú tài ban Anh văn, có nữ sinh nào gặp Mỹ mà dám dừng lại trò chuyện hay không? Không phải chúng tôi không có khả năng đàm thoại bằng tiếng Anh mà chỉ vì chúng tôi được nuôi dạy trong một môi trường lễ giáo của một xã hội có nền tảng đạo đức cao. Bây giờ, hơn nửa thế kỷ đảng CSVN "trồng người" thì Đại Hàn và Đài Loan không cấp Visa nhập cảnh cho người Việt; vì đa số phụ nữ Việt xuất cảnh đều làm nghề bán dâm; đàn ông Việt thì trốn ở lại để "làm chui". Cửa hàng Selgros tại Đức ra cảnh báo đặc biệt khi có camera ghi lại hình ảnh người Việt nam ăn cắp. Trung cộng truy lùng được nhiều ổ mại dâm với nhiều phụ nữ Việt Nam. D.James – chuyên gia ngành y – làm việc tại khu công nghệ cao kể: *"Căn hộ tôi ở quận 2 là nơi có nhiều cô gái Việt tìm đàn ông ngoại quốc... Ngay cả những cô có trình độ học vấn cao cũng vậy. Họ rất dễ để làm quen... Tôi có cảm giác như họ đến đó để tìm bạn trai chứ không phải giao lưu hoặc phát triển công việc. Nhiều cô mang giày cao gót và mặc trang phục chỉ hợp cho phòng ngủ, cách nói chuyện của các cô này khiến đa số đàn ông phương Tây đánh giá thấp phụ nữ Việt Nam..."* Ông Lộc xa phụ nữ miền Nam lâu rồi cho nên ông cứ tưởng chúng tôi cũng như phụ nữ Việt Nam ở trong nước bây giờ!

Bà Vân nói đến đây thì điện thoại của ông Phát "rung". Ông Phát nói "xin lỗi" rồi bước ra sân. Ông Lộc và bà Vân chưa biết tiếp nối câu chuyện như thế nào thì ông Phát mở cửa, nói:

- Sorry, hai bạn! Tôi phải đi giúp bà xã của tôi; bả bị bể bánh xe.

Bà Vân vội vàng đứng lên:

- Tôi cũng phải về kẻo thức ăn để trong xe lâu không được.

Ông Lộc nhìn ông Phát bằng ánh mắt như "cầu cứu"! Ông Phát bắt tay ông Lộc rồi nói với bà Vân:

- Bà ở lại chơi với nó một chút. Thay bánh xe cho bà xã xong, tôi trở lại liền.

- Tôi phải về.

Ông Lộc vừa bước về phía bà Vân vừa lấy điện thoại ra, nói:

- Điện thoại của bà số mấy, nói đi để tôi bấm vào điện thoại của tôi.

- Hôm khác. Bây giờ gấp quá!

Biết bà Vân từ chối khéo, ông Lộc chỉ tựa cửa nhìn theo bà. Sau khi bà Vân bước vào chiếc SUV của bà, ông Lộc tưởng như nghe được tiếng hát năm xưa của Thúy Vân văng vẳng trong không gian lành lạnh của buổi chiều cuối xuân: *"... Nhuộm tím những chuỗi ngày vắng nhau, tháng năm càng lướt mau, biết bao giờ thấy nhau!"*

Ông Lộc thở dài, quay vào nhà, lòng xót xa nghĩ đến chuỗi ngày cô đơn vô tận của ông!

Dấu Chân Kỷ Niệm

Ba chữ Ga Hải Phòng vừa khuất, Đông khép mắt, muốn giữ lại trong lòng hình ảnh của Hải Phòng. Bất ngờ, tiếng violon nỉ non từ Iphone của Ngân Hà – vợ của Đông – rồi tổng hợp âm thanh của piano và nhiều nhạc cụ nhẹ cùng hòa vào, tạo nên dòng nhạc thiết tha, mượt mà như từng lượn sóng rạc rào ve vuốt giải cát vàng. Chỉ vài tích tắc thôi, giọng soprano vút cao: *"Lìa xa thành đô yêu dấu, một sớm khi heo may về, lòng khách tha hương vương sầu thương. Nhìn em mờ trong mây khói, bước đi nhưng chưa nỡ rời..."* *(1)*Đông chợt cảm thấy bồi hồi, xót xa như ai đó vừa khơi dậy từ tâm thức sâu thẩm của chàng hình ảnh một thanh niên đang bịn rịn chia tay với cô láng giềng xinh đẹp – tên Yến – tại Hải Phòng, khi chàng theo gia đình xuống tàu "há mồm", di cư vào Nam, năm 1954.

Gia đình cố ý giữ kín chuyện di cư, thế mà, sáng hôm sau, trong khi cùng gia đình sắp hàng để chờ xuống chiếc tàu to kinh khiếp mà "mồm thì há ra", Đông chợt nghe tiếng gọi *"Anh Đông!"* từ những người đứng phía sau rào cảng bằng gỗ. Đông quay sang. Nhận ra Yến, Đông vội rời hàng chạy nhanh đến:

- Yến! Em làm gì ở đây?

Yến chẳng biết nói gì, chỉ quẹt nước mắt. Đông cầm tay Yến:

- Yến đi với gia đình anh, nhé!

Yến lắc đầu, tâm trạng rối bời. Chưa biết phải làm thế nào để an ủi hoặc thuyết phục Yến, Đông chợt nghe tiếng Bố:

- Đông!

Đông vội thả tay Yến ra. Yến khóc lớn:

- Anh ở lại với em, đừng đi!

Đông chưa kịp tỏ thái độ thì Bố đến, nắm tay, kéo Đông trở lại với gia đình!

Sau này, lớn lên, nhiều khi nhớ lại mối tình thơ và hình ảnh Yến trong buổi chia xa năm xưa, Đông thường tự hỏi không biết cuộc đời của Yến bây giờ ra sao? Nàng có trở thành "nữ hộ lý" hoặc "cán bộ gái" trong đoàn quân xâm lấn miền Nam hay không? Những khi chiến hạm công tác dài hạn dọc duyên hải, đêm đến, từ đài chỉ huy nhìn về phương Bắc, Đông nhận biết lòng chàng gợn lên nhiều nỗi luyến thương! Sau phiên trực, trên cầu thang trở về phòng ngủ sĩ quan, đôi khi nghe tiếng hát từ radio của "đứa nào" văng vẳng trong không gian tràn ngập ánh trăng: "*...Rồi đây dù lạc ngàn nơi, ta hướng về chốn xa vời... Nghẹn ngào thương nhớ 'em', Hà Nội ơi!...*" (2) Đông đứng lặng trên cầu thang, vì niềm thương nhớ đang đè nặng trong lòng!

Dường như niềm thương nhớ gậm nhấm tâm hồn Đông nhiều nhất là những buổi chiều cận Tết. Từ biển khơi nhìn vào bờ, thấy ánh đèn rực rỡ lung linh, Đông chỉ ước mơ được nắm tay một thiếu nữ, bước chầm chậm trong vùng không gian huyền diệu đó.

Đông ước mơ như thế, nhưng khi chiến hạm được lệnh cập hải cảng Đà Nẵng vào buổi chiều cuối năm, Đông lại lưỡng lự, không biết chàng nên "đi bờ" –nghĩa là rời chiến hạm, chiến đỉnh hoặc căn cứ để đi phố – hay không; bởi vì Đông không có một thiếu nữ nào để nắm tay! Vừa khi đó, Hoàng rủ Đông "đi bờ".

Đông và Hoàng vừa lang thang trên những con đường tràn ngập ánh đèn vừa kể cho nhau nghe kỷ niệm về Tết của những năm chưa vào lính. Khi đi ngang nhà thờ, nghe tiếng organ và tiếng hát từ nhà thờ vọng ra, Đông bảo:

- Trời lành lạnh, nghe Thánh ca "moa" chịu không được! "Moa" muốn vào xin lễ.

- Thì vào, có gì đâu, Hạm Phó!

Vào đến cửa bên hông nhà thờ, Đông và Hoàng đều lấy "nón kết" kẹp vào tay trái, đưa tay phải làm dấu thánh giá.

Thấy hai "chàng" Hải Quân mặc quân phục tiểu lễ trắng, áo dạ màu xanh đậm, làm dấu thánh giá, nhiều người đứng hàng đầu tiên xích sát vào nhau, ra hiệu mời Đông và Hoàng đứng vào. Đông và Hoàng vừa đứng vào, bản thánh ca do cả hội trường đồng ca cũng vừa dứt. Mọi người ngồi xuống.

Từ phía sau, hai nam và hai nữ sinh bước ra, đứng trước bục giảng. Một nữ sinh mặc đồng phục trắng bước ra, đứng phía sau nhóm nam nữ sinh – nhưng trên một bục gỗ cao hơn. Đông và Hoàng đều thầm nghĩ, có lẽ "cô bé" đứng trên bục gỗ cao là giọng ca chính; bốn học sinh là những người hát bè phụ.

Tiếng Organ vang lên trầm trầm, uyển chuyển, chậm dần, chậm dần rồi "cô bé" "bắt" vào: *"Ave Maria, Virgin of the sky. Sovereign of thanksgiving and loving mother. Accept the fervent prayer of everybody. Do not refuse..."*(3)

"Cô bé" thường ngẩng mặt lên mỗi khi cô hát những chữ ở âm vực cao. Nhìn sóng mũi cao, ánh mắt rực sáng và khuôn mặt diễm kiều của cô bé, Đông xúc động bồi hồi và tưởng như vẻ đẹp thánh thiện của cô bé chờn vờn trong ánh nến lung linh.

Vẻ đẹp thánh thiện cùng tiếng ca trong vắt của "cô bé" hòa với tiếng Organ ngân dài làm cho tâm hồn của Đông bềnh bồng, tưởng như thoát khỏi thế giới loạn lạc, đảo điên trên mảnh đất đầy máu và nước mắt này! Đông quên nỗi cô đơn vô tận trên những chuyến hải hành dài hạn ngoài biển khơi! Đông quên tiếng B40/B41 của Việt Cộng, từ những khúc quanh ngặt, xé không gian, rơi quanh đoàn chiến đỉnh! Đông quên gương mặt non choẹt của mấy tên tù binh Việt Cộng – khoảng 15, 16 tuổi – nhìn chàng như sợ hãi, như van lơn! Đông quên luôn khuôn mặt thơ ngây và buổi chia xa với Yến tại bến cảng Hải Phòng. Nhưng Đông lại không thể quên được pháo thủ Phi! Khi đoàn chiến đỉnh bị phục kích tại Gia Rai, Đông vẫn đứng thẳng, gần mũi chiếc Command, tay trái cầm ống liên hợp để chỉ huy. Bất ngờ Đông trúng đạn, ngã xuống. Phi vội vàng rời pháo tháp, chạy đến bên Đông. Đông gào lên: "Nằm xuống! Nó bắn ra tàu!" Phi cũng gào to, vì tiếng đại pháo và tiếng nước đổ chụp lên sàn tàu: "Chỉ Huy Trưởng bị thương rồi!" Đông lại hét lên: "Kệ tao! Mày nằm xuống!" Phi hơi khom người, muốn bế Đông xuống lòng chiến đỉnh; nhưng, một trái B40 xẹt ngang. Phi gục xuống! Khi nào hình ảnh Phi hiện về Đông cũng cảm thấy mủi lòng. Vừa đưa tay làm dấu Thánh Giá để cầu nguyện cho linh hồn của Phi, Đông chợt nghe Hoàng thầm thì:

- Khuôn mặt của "cô bé" phản phất nét đẹp quý phái của Grace Kelly, phải không, Hạm Phó?

Đông gật đầu. Nhìn "cô bé" Đông chợt nhận biết tình cảm của chàng giao động rộn ràng chẳng khác chi tình cảm chàng dành cho Yến năm xưa.

Bài hợp ca chấm dứt. "Cô bé" bước thẳng đến người đàn ông cao tuổi ngồi cạnh Hoàng rồi cúi đầu:

- Dạ, con xin chào Bác.

- Cháu hát hay lắm!

- Dạ, con cảm ơn Bác. Thưa Bác, con xin phép Bác, con đến ngồi với Ba Má con.

Nhìn dáng đi thướt tha của "cô bé", Đông tưởng như đôi chân của chàng muốn bước theo; nhưng chợt nhớ cương vị của chàng, Đông đành ngồi yên. Hoàng nghiêng sang cụ ông, hỏi rất nhỏ:

- Thưa bác, cô cháu của bác học trường nào ạ?

Cụ ông kề vào tai Hoàng, đáp:

- Cháu nó học trường Phan Chu Trinh.

Sau hôm lễ tại nhà thờ, Đông ôm trong lòng hình bóng "cô bé" và tự hứa sẽ cố tìm nàng sau khi chàng đi phép thường niên.

Trong khi Đông đi phép, những khi chiến hạm vào bến sau mỗi chuyến công tác, Hoàng đều tìm cách "đi bờ". Hoàng thường ngồi nơi quán nước đối diện trường Phan Chu Trinh. Khi học sinh tan học, Hoàng đi tới đi lui trước trường, với mục đích tìm "cô bé". Thấy cô nào cũng đội nón lá, Hoàng nghĩ, ai ca ngợi chiếc nón bài thơ chứ riêng chàng – hiện tại – lại khó chịu; vì chiếc nón lá gây trở ngại khiến chàng khó thấy mặt để nhận diện "cô bé"!

Trưa 25 tháng Chạp, Hoàng cũng để tâm tìm "cô bé",

nhưng vẫn không thể nhận diện được. Chán nản, Hoàng nhìn quanh, có ý muốn đón xích-lô để trở về chiến hạm. Bất ngờ Hoàng thấy một thanh niên lái Vespa chầm chậm từ trong trường ra cổng. Nhận ra người bạn xưa, Hoàng gọi:

- Trịnh! Trịnh ơi!

Trịnh dừng Vespa, ngạc nhiên:

- Ủa, Hoàng, mi làm chi ở đây?

Vừa bắt tay Trịnh, Hoàng vừa đáp:

- Tau tìm một người mà tau không biết tên. Còn mi?

- Tau dạy ở đây. Mi tìm người mà không biết tên? Chán mi quá! Chắc 'mết' con bé nào rồi, phải không? Tả rõ hình dáng, mặt mày của cô nàng cho tau nghe, may ra – nếu cô nàng học lớp tau – tau sẽ giúp mi.

- Mi vào quán uống nước, nói chuyện.

- Không được! Tau phải kiếm tý chi ăn tạm rồi trở lại trường ngay; vì tụi hắn đang tập chung kết cho buổi văn nghệ tối mai, mừng Xuân.

- Tau sẽ bao mày ăn trưa. Còn về "cô bé" thì tau chỉ thấy và nghe cô ấy hát có một lần ở nhà thờ. Cô ấy đẹp như lai và giọng *soprano* của cô nàng ít ai sánh bằng.

Thốt nhiên Trịnh cảm thấy tim chàng lỗi nhịp! Trịnh thầm để ý "cô bé" này từ đầu niên khóa, nhưng vì hai tiếng "mô phạm", Trịnh phải giữ mình, giữ lời. Không ngờ bây giờ chàng lại rơi vào tình cảnh khó xử; vì Hoàng là người bạn thân thiết nhất của chàng suốt bao nhiêu năm dài cùng học tại trường Quốc Học, Huế. Trịnh không có ý nghĩ cao thượng, sẽ "hy sinh" "mối tình câm" của chàng; nhưng Trịnh nghĩ, phải Duyên phải Nghiệp thì thôi. Nếu "cô bé" nên duyên với Hoàng thì sau này, khi về già, cả Hoàng, "cô bé" và Trịnh đều có chung kỷ niệm để kể cho nhau nghe; ngược lại, nếu Trịnh ích kỷ, nhỡ "cô bé"bị các thanh niên trí thức khác chinh phục thì, Trịnh tự nghĩ, chàng không xứng đáng là bạn của Hoàng. Bằng lòng với quyết định của mình, Trịnh cười:

- Rứa thì tau biết rồi. Cô nàng là học trò của tau, đệ Nhị C, tên Trúc Uyên. Cô nàng là "thỏi nam châm" của Đà Nẵng đó. Mi là Hải Quân, lang thang hoài mần răng…

- Mi đừng lo, cứ giới thiệu cho tau, mọi việc khác để tau lo.

Trong bữa ăn trưa vội vàng tại một tiệm phở, gần trường, Trịnh căn dặn:

- Người ta con nhà gia giáo, nề nếp, mi đừng "ẩu tả", tội nghiệp con người ta, nha, mi!

- Mi biết tính tau "ba gai", xem đời như…củ khoai; nhưng không hiểu tại răng từ hôm thấy "cô bé" đến chừ tau nghĩ rằng tau không thể sống mà thiếu cô nàng!

- Vừa thôi! Răng mà cải lương "dễ sợ" rứa, mi!

- Tau nói rất thật lòng.

- Được rồi, ăn xong tau chở mi tới trường. Mi quan sát tụi hắn tập dợt, có nhận xét chi thì cho tau hay.

Khi ngồi cạnh Trịnh quan sát nhạc cảnh Hòn Vọng Phu, Hoàng nghiêng sang, nói với Trịnh:

- Mi chọn Trúc Uyên vào vai ni rất tuyệt. Giọng hát của cô nàng sẽ làm khán giả xúc động nhiều.

Sau màn nhạc cảnh, trong khi Trúc Uyên cùng nhóm học sinh rời "sân khấu giả", Hoàng nhìn nàng không rời.

Không hiểu vì trực giác bén nhạy hay là vì bộ quân phục Hải Quân của Hoàng, Trúc Uyên quay nhanh lại nhìn Hoàng. Bốn mắt giao nhau!

Cử chỉ của Hoàng và Trúc Uyên không thể nào thoát được ánh mắt của Trịnh. Trịnh cảm thấy se lòng! Vừa khi đó, một nam sinh đến cho Trịnh biết chỉ còn mục hợp ca Con Đường Vui nữa thì buổi tổng dợt sẽ chấm dứt. Trịnh gật đầu, quay sang Hoàng:

- Hoàng! Chỉ còn một mục nữa thôi. Mi muốn đi ăn với tau rồi tối mai trở lại xem văn nghệ hay không?

- Không được! Tau phải trở lại tàu; vì tàu sẽ rời bến tối ni.

- Khi mô mi trở lại đây?

- Chưa biết, vì tau nhận được lệnh đổi về Giang Đoàn rồi.

- Giang Đoàn là mấy đơn vị chuyên "wuýnh" nhau, phải không?

Hoàng vừa "ừ" vừa cười vì Trịnh dùng động từ "wuýnh". Nhìn nụ cười rất hồn nhiên của Hoàng, Trịnh chợt thấy thương cho "thằng" bạn thân từ thời cùng đi Hướng Đạo, mặc quần short "khoe" đôi chân khẳng khiu; vậy mà bây giờ "nó" "ngon lành", sắp thuyên chuyển về đơn vị tác chiến mà "nó" vẫn tỉnh bơ! Trịnh bảo:

- Hoàng! Mi muốn hát một bài để lấy cảm tình của cô nàng không?

- Mi "đi guốc trong bụng tau"! Cảm ơn mi.

Trịnh đến sau micro:

- Các em thân mến! Tôi thành thật cảm ơn các em đã

chịu khó rất nhiều. Tôi nghĩ rằng đêm văn nghệ mừng Xuân năm nay sẽ thành công mỹ mãn. Nhân đây, tôi muốn giới thiệu với các em người bạn thân của tôi, trung úy Hoàng. Vì lý do đặc biệt, Hoàng không thể tham dự văn nghệ tối mai. Hoàng có một kỹ thuật trình diễn rất đặc biệt. Tôi yêu cầu Hoàng hát tặng các em và tặng tôi một bài trước khi các em rời trường để chuẩn bị cho tối mai.

Tiếng vỗ tay vang lên. Hoàng tươi cười, choàng giây đeo guitar qua cổ, đến sau micro:

- Xin cảm ơn "thầy" Trịnh, người bạn thân thiết nhất của tôi và cảm ơn các bạn. Tôi sẽ hát tình khúc Đồn Vắng Chiều Xuân của Trần Thiện Thanh.

Mọi người lại vỗ tay. Hoàng dạo Boléro rồi "bắt" vào: *"Đầu xuân năm đó anh ra đi. Mùa xuân này đến anh chưa về. Những hôm vừa xong phiên gác chiều, ven rừng kín hoa mai vàng..."*

Theo giọng hát nồng nàn của chàng, Hoàng lại vừa đàn vừa lắc vai vừa gật đầu và đôi chân như đang khiêu vũ khiến nhóm học sinh tròn mắt nhìn nhau. Trúc Uyên nhìn Hoàng không chớp mắt và môi nàng như mỉm cười. Trịnh cúi mặt, thở dài!...

***

Suốt ngày đi thăm nhiều nơi quanh Vũng Áng, Đông không thấy nụ cười nào trên môi người dân. Nhưng khi vợ chồng Đông bước vào nhà hàng của khách sạn mà vợ chồng Đông ngụ lại sau khi rời Hải Phòng thì tiếng nói cười rộn ràng lại vang lên tại đây!

Đông và Ngân Hà được đưa đến chiếc bàn nhỏ vừa khi một nhóm khách đàn ông – đa số mặc quân phục màu cứt ngựa – vừa bước vào vừa cười nói oang oang. Đông cứ trầm ngâm, cố nén vẻ khó chịu vì sự tương phản quá lộ liễu giữa vấn nạn của người dân – ngoài kia – và từng tràn cười hô hố của nhóm thực khách, trong này.

Nhóm đàn ông ngồi vào chiếc bàn lớn. Bà chủ khách sạn từ đâu bước vào. Nhận ra nhóm này là khách quen, bà chủ vội bước về chiếc bàn có nhiều người mặc quân phục để chào hỏi xã giao. Theo cách thăm hỏi, Đông hiểu rằng những người này là khách thường xuyên. Bà chủ, nhờ kỹ thuật thẩm mỹ làm cho sóng mũi cao, chót mũi nhọn, mí mắt được cắt xếch và làn da căn, trông bà trẻ hơn tuổi thật rất nhiều. Một người hỏi bà chủ:

- Chị Yến! Càng ngày chị càng đẹp, càng trẻ ra, lại ăn mặc như mấy "em chân dài", mai mốt đi thi hoa hậu phu nhân, phải không?

- Úi Giời! Bây giờ già rồi, nói làm gì thêm buồn! Các anh mà thấy tôi lúc trẻ, các anh đi không đành đâu.

Một tên lả lơi:

- Bây giờ tôi cũng đi không đành chứ nói gì lúc chị còn trẻ.

- Không, thật đấy. Lúc trẻ tôi xinh lắm cơ. Vì Bố Mẹ tôi không chịu trốn vào Nam cho nên tôi mới cơ cực, phải tham gia đánh Mỹ "kíu" nước chứ nếu Bố Mẹ tôi di cư thì tôi đã là phu nhân của một "thuyền trưởng" V.N.C.H. rồi đấy.

- Ôi giời! Lại có chuyện tình đẹp thế cơ?

- Không bịa đâu. Thằng hàng xóm của tôi mê tôi lắm, muốn tôi theo gia đình hắn vào Nam nhưng tôi không dám bỏ Bố Mẹ. Sau này nghe tin hắn mang đến "quân hàm" trung tá và là "thuyền trưởng" chiếc tàu "há mồm" đấy.

Đông giật mình, nhìn Yến, nhưng không thể thấy được

dấu vết nào của cô láng giềng hiền dịu năm xưa! Một tên khác chuyển đề tài:

- Chị Yến! Ai làm gì phía sau mà nghe ồn ào thế, chị?

- Ô, mấy thằng đui, mù, cụt, què í mà!

- Chúng nó làm gì sau "nhà nghỉ" của chị?

- Cứ lâu lâu có vài người nước ngoài về, gọi chúng nó đến, thuê sân sau của tôi và cho chúng ăn một bữa để giàn cảnh quay phim, quay video đem về bên ấy khoe là đi làm từ thiện! Mấy nhóm ấy bảo chúng làm hồ sơ có hình, giấy chứng thương, giấy giải ngũ, v. v… rồi gửi sang bên đó để họ cứu xét xem hồ sơ thật hay giả rồi mới gửi tiền về cho. Làm hồ sơ, chụp hình, tiền cước phí, v.v…cái gì cũng tốn tiền nhiều quá nhưng gửi đi rồi chờ mãi chả thấy xu teng nào gửi về!

Mặt Đông nóng bừng. Đông bậm môi như cố giằn cơn giận. Ngân Hà nắm tay Đông, dịu dàng:

- Anh! Mình đang ở Việt Nam…

Ngân Hà chưa dứt lời thì một người đàn ông mù mắt cõng một người đàn ông không có chân, bước vào. Mọi người quay sang nhìn. Đông đứng bật dậy, bước nhanh đến bên người đàn ông mù, vừa đưa tay đỡ người cụt hai chân vừa nói:

- Anh thả anh này ra. Tôi giúp hai anh. Hai anh cần gì? Cần đi đâu?

- Thằng này có mắt, tôi có chân, giúp nhau đến đây vì được biết có người trợ giúp Thương Binh V.N.C.H. tại đây.

Yến bước nhanh đến, lớn tiếng trong khi Đông "ẵm" gọn anh Thương Binh trên tay:

- Lại cũng… trò khỉ nữa! Cổng sau mở để cho mấy người vào tại sao không vào, lại đi cửa chính, hả? Mấy người có biết khách của chúng tôi toàn là những người có quyền cao chức trọng hay không, hả?

Đông nhìn Yến, cố lấy giọng trầm tĩnh:

- Không có lý do gì chị phải nặng lời với hai anh này. Chị chỉ tôi ngõ sau, tôi sẽ đưa hai anh này đi ngõ sau.

- Ra cửa, rẽ phải, cổng màu xanh đấy.

Đông vẫn lịch sự, cảm ơn người đàn bà – mà chàng nghĩ rằng đó là "người xưa" của chàng – rồi quay sang người bị mù, bảo:

- Anh vịn vai tôi, đi theo tôi.

Ngân Hà vội bước đến:

- Để em giúp anh ấy đi theo anh.

Thấy vợ chồng Đông như sắp bỏ đi, Yến bước đến, tru tréo:

- Này! Này! Thức ăn đã gọi rồi, bỏ đi cũng phải trả tiền. Biết chưa?

Đông bảo vợ:

- Em bảo họ cho *room service*. Anh trở lại đón em ngay.

Khi Đông trở lại, Ngân Hà bảo:

- Họ bảo không có dịch vụ đem thức ăn vào phòng.

- Thế thì càng tốt.

Đông đến bên người hầu bàn, bảo:

- Em cho thức ăn của chúng tôi vào hộp để đem đi.

Sau khi trả tiền, cầm thức ăn bước ra cửa, Đông thở dài,

thầm nghĩ: Ngôn ngữ và tư cách của "Yến bây giờ" đã đốt cháy hình bóng của "Yến ngày xưa" bên bến cảng Hải Phòng!

Qua khỏi cổng màu xanh, Đông và Ngân Hà nghe tiếng guitar dịu dàng cùng tiếng hát não nùng của một Thương Binh: *"...Con có hay chăng cha về. Lời ca hồn nhiên líu lo ngoài kia. Chinh chiến đã qua một thì. Tuổi thơ nở trên biết bao ê chề..."* (4) và thấy nhiều Thương Binh ngồi dọc chiếc bàn dài. Ngân Hà chưa hiểu gì cả thì Đông bảo:

- Mình sẽ cùng ngồi ăn với họ.

Thấy Đông trở lại, Châu – anh Thương Binh cụt chân mà lúc nãy Đông đã bế từ phòng khách đến đây – vui mừng:

- Mời anh chị ngồi đây.

Để thức ăn lên bàn, gật đầu chào mọi người xong, vợ chồng Đông ngồi cạnh Châu. Trong khi nhà bếp dọn thức ăn và các bạn Thương Binh có năng khiếu văn nghệ đang "trổ tài", Châu nói với Đông:

- Anh biết không, tụi em khổ lắm, vậy mà vẫn có người "phe mình" lợi dụng tụi em cho mục đích bần tiện của họ!

Chợt nhớ câu Yến nói lúc nãy, Đông hỏi:

- Tôi đã nghe như thế, nhưng không biết có đúng hay không?

- Đúng mà! Nghe ngôn ngữ họ dùng là tụi em biết. Tụi em bị Cộng Sản Việt Nam hất ra khỏi xã hội cho nên tụi em thương nhau lắm, vui buồn gì cũng chia xẻ với nhau. Anh cứ hỏi tất cả mấy đứa này xem có đứa nào không từng là nạn nhân của trò Việt kiều về kêu gọi, cho ăn một bữa, quay phim, video, bảo làm hồ sơ gửi qua bển, khi họ nhận được thì họ sẽ gửi tiền về cho. Tốn tiền chụp hình, làm copy, gửi bưu điện, v.v... Chờ dài cổ chẳng đứa nào nhận được đồng xu nào hết. Bị mấy lần như vậy, tụi em "tởn", ai mời cho ăn tụi em cũng chẳng thèm tới… - Thế sao hôm nay…

- Hôm nay là trường hợp rất đặc biệt; vì đây là lần đầu tiên tụi em được gặp người ơn mà suốt mấy năm qua người ơn này cứ âm thầm gửi về cho tụi em, mỗi năm một lần, mỗi "đứa" $100 U.S. đô la.

- Ở ngoại quốc làm ăn rất cực nhọc mà ai làm được những việc như thế thật là quý. Nhưng làm thế nào người ấy biết các anh mà liên lạc?

- Dạ, lúc đầu, người đó được Hội Thương Binh Việt Nam bên Mỹ giao một hồ sơ để giúp trực tiếp mỗi năm. "Thằng" này cho "thằng" bạn cùng cảnh ngộ với nó địa chỉ của người đó thì "thằng" bạn của nó cũng được người ơn này cho tiền. Cứ vậy, bây giờ Thương Binh V.N.C.H. cả huyện đều được quà mà không "đứa" nào biết mặt người đó cả.

- Thế hôm nay ai trả phí tổn này?

- Hôm nay là ngày đầu tiên người đó trở về thăm Quê Hương; vì động lòng vụ tụi Tàu Formosa thải chất độc dọc bờ biển, gây tác hại khôn lường cho ngư dân mình.

- Thế anh gặp người ơn của các anh chưa?

- Chưa, chút nữa. Nghe nói ông đang đem nước ngọt đến cho từng người là chồng của bà ấy đó.

Nghe Châu nói đến đây, Ngân Hà nói nhỏ với Đông:

- Em về phòng, tý em trở lại.

Đông "okay" rồi nhìn người đang phân phát nước ngọt và thấy khuôn mặt quen quen. Vừa khi đó người đàn ông ngẩng lên, nhíu mày nhìn Đông rồi vừa reo "Commandant" vừa hối hả đến bên Đông:

- Commandant làm gì ở đây?

Đông hoàn toàn ngạc nhiên:

- Hoàng! Ngày xưa "toi" "ba gai" lắm mà sao bây giờ "toi" làm được những việc như thế này?

- Việc như thế này là việc như thế nào, Commandant?

- Giúp anh em Thương Binh.

- Ô, không! Cái này là bà xã của Hoàng âm thầm làm chứ Hoàng không biết gì hết. Ngày nay đi thăm Vũng Áng, thấy thiên hạ khổ quá, bà ấy khóc rồi mua bánh mì thịt cho trẻ em. Cách đây mấy tiếng đồng hồ, bà ấy nhờ Hoàng đi thuê micro và guitar để anh em ca hát cho vui. Hoàng cật vấn hoài bà ấy mới "bật mí" cho Hoàng biết. Còn Commandant làm gì ở đây?

Đông chưa kịp đáp lời Hoàng thì thấy một thiếu phụ cao tuổi từ khách sạn bước ra. Hoàng vừa gọi vừa đưa tay ngoắt:

- Trúc Uyên, lại đây!

Thấy người phụ nữ bước về phía Hoàng, Đông quay nhìn Hoàng bằng ánh mắt khó hiểu. Hoàng cười thật tươi, giới thiệu:

- Đây là vị cựu chỉ huy của anh; đây là Trúc Uyên, bà xã của Hoàng.

Nhìn nụ cười rạng rỡ của Hoàng rồi thấy cung cách Trúc Uyên cúi đầu chào, Đông biết chàng không thể nào nhầm phụ nữ này với "cô bé" trong nhà thờ, năm xưa! Đông thở dài, chưa kịp thăm hỏi Trúc Uyên thì Hoàng xin lỗi đến giờ giúp Trúc Uyên phân phát quà cho Thương Binh trước khi họ ăn tối và "hát cho nhau nghe". Đông thấy Trúc Uyên và Hoàng trao mỗi Thương Binh một phong bì.

Vừa khi đó, Ngân Hà từ khách sạn bước ra. Ngồi cạnh Đông, Ngân Hà trao cho Đông một xấp bì thư:

- Đây, em đếm đủ cả rồi. Tý nữa anh phát cho mỗi ông Thương Binh một phong thư, nhá!

- Em làm cái gì anh chả hiểu?

- Lúc nãy nghe anh Châu nói về việc làm âm thầm của bà nào đó em cảm thấy áy náy là từ trước đến giờ em không biết gì về Thương Binh V.N.C.H. Bây giờ mình có tý quà, anh đem tặng mấy ông ấy hộ em.

Nhìn bì thư, thấy bên góc trái in tên và địa chỉ của khách sạn, Đông chợt hiểu. Từ nãy giờ Ngân Hà đi tìm bì thư, cho tiền vào mỗi bì thư. Đông xúc động, nắm tay vợ:

- Em quả thật là người vợ tuyệt vời! Em tặng mỗi người bao nhiêu?

- Dạ, $100.00 Mỹ kim.

- Anh sẽ đi với em. Nhưng công khó của em, em nên trao tận tay từng người.

Khi trao bì thư cho mỗi Thương Binh, giọng Ngân Hà xúc động:

- Chúng tôi không quên ơn các anh.

Tặng quà xong, Hoàng và Trúc Uyên đến ngồi cạnh vợ chồng Đông, cùng vui vẻ ăn uống với Thương Binh. Kín đáo nhìn Trúc Uyên và – một lần nữa – Đông nhận ra được nhiều nét của "cô bé" năm xưa hát Thánh ca tại nhà thờ. Đông nén tiếng thở dài!

Ăn xong, Đông cáo từ để về phòng, nghỉ – dù Hoàng hết lời năn nỉ Đông ở lại.

Cùng Ngân Hà bước lên bậc cấp để về phòng, Đông

cảm thấy có lỗi với vợ và bồng bột thương vợ, vội nắm tay vợ, thủ thỉ:

- Anh cảm ơn em. Mấy mươi năm qua em đã tận tụy và hết lòng với anh.

- Ơ, cái gì thế?

- Lòng tốt của em đã giúp anh đỡ bị "quê" với Hoàng.

- Có thế mà cũng…bày đặc!

Đông mở cửa, kéo vai vợ sát vào chàng:

- Em thay đồ, anh ra lang cang nhìn biển một chốc.

- Lại mơ mộng nữa rồi! Anh thì thôi…

Đông ngồi vào lòng ghế dựa, tự hỏi không hiểu làm thế nào Hoàng có thể chinh phục được "cô bé"? Vừa khi ấy tiếng hát của một Thương Binh từ sân sau văng vẳng: "… *Người ngỡ đã xa xưa nhưng người bỗng lại về. Tình ngỡ sóng xa đưa nhưng còn quá bao la. Ôi trái tim phiền muộn…"*(5) Đông lại thở dài, cảm nhận được từng bước nặng nề của kỷ niệm đang dẫm nát tim chàng!

1 và 2 .- Giấc Mơ Hồi Hương của Vũ Thành.

3.-Ave Maria của Franz Schubert.

4.- Ngày về của Phạm Duy.

5.-Tình nhớ của Trịnh Công Sơn

Đưa Anh Về

Sau khi Hương Giang yêu cầu, tài xế cho xe chậm lại, rồi dừng trước tiệm bán sách báo, băng nhạc. Nàng quay ra sau, dặn em:

- Đức! Chị cần mua mấy chai nước, Đức chờ chút, nha!

Đức "dạ", mắt vẫn khép, rồi lại trầm ngâm, cố xua đuổi hình ảnh ngôi nhà xưa của Ba Mạ gần gốc phượng già bên bờ sông Hương. Lúc trưa, Đức bảo tài xế chạy ngang xem có thể vào thăm hay không; nhưng khi xe chạy gần đến, thấy ngôi nhà đã được thay bằng căn nhà nhiều tầng và sơn phết rất lòe loẹt, Đức bảo chú tài chạy thẳng.

Ngôi nhà xưa không còn nhưng hình ảnh bi thương của Ba bị Việt Cộng đập vỡ sọ và hai đứa em bị trói, vất xuống sông Hương, năm Mậu Thân, cứ chờn vờn trong tâm trí của Đức. Vì cái chết oan ức của chồng con và cũng vì hành động tàn ác, dã man của Việt Cộng – khi Việt Cộng vi phạm hiệp ước ngưng chiến do chính Việt Cộng ký kết với Việt Nam Cộng Hòa (V.N.C.H.) – Mạ quyết định giữ nguyên tình trạng ba xác chết để làng xóm và các con của Mạ, khi về thọ tang, có thể thấy được!

Khi gia đình Hương Giang, Đức và Đăng – em của Đức – về, thấy Mạ hoàn toàn kiệt sức, vì phải trải qua nhiều ngày đơn độc trong nỗi khổ đau chập chùng! Lúc này chị em của Đức mới biết lý do Mạ và o Thơm – người giúp việc nhà cho Mạ – thoát chết là nhờ Mạ về Đà Nẵng lo tu bổ mồ mả bên Ngoại; o Thơm xin về quê vài ngày.

Chiều đến, o Thơm lo xong bữa ăn nhưng người lớn không ai ăn được; chỉ có các cháu nội ngoại của Ba vừa ăn vừa quẹt nước mắt. Bất ngờ tiếng hát từ chiếc thuyền trên sông Hương vọng vào – mà người hát lại sửa vài chữ – rất hợp với tâm trạng của mọi người: *"... Quê hương em nghèo lắm ai ơi, mùa đông thiếu áo hè thời thiếu ăn. Trời rằng, Trời 'lùa Việt Cộng' về đây á à ơi! Khiến đau thương thấm tràn ..."* (1) Tiếng hát vừa đến đây, Mạ gục xuống. Hương Giang đau đớn gọi chồng:

- Anh Nam ơi! Làm ơn đóng cửa lại! Mạ chịu không thấu mô!

Chôn cất Ba và hai em xong, Mạ lê bước không nổi để rời nghĩa trang! Đăng khom người:

- Mạ! Mạ ôm cổ con, con cõng Mạ đi.

Hình ảnh Đăng cõng Mạ rời nghĩa trang vừa thoáng hiện trong tâm thức của Đức thì Đức chợt cảm thấy nhói đau trong lòng vì tiếng hát từ tiệm sách vọng ra: *"Khi đất nước tôi thanh bình, tôi sẽ đi thăm, tôi sẽ đi thăm nhiều nghĩa địa buồn đi xem mộ bia nhiều như nấm..."* (2) Đức vội chồm ra cửa xe, muốn tìm Hương Giang, bảo tài xế lái xe rời chỗ này ngay để chàng khỏi phải nghe bài hát của một thằng bạn cùng quê nhưng khác ý tưởng trách nhiệm; nhưng không thấy Hương Giang. Tiếng hát tiếp: *"Khi đất nước tôi không còn chiến tranh, Mẹ già lên núi tìm xương con mình...*" Đức gục đầu, thầm ước, phải chi chàng có thể khóc được, như Mạ đã khóc vùi khi thấy chữ Đăng được bạn tù viết lên khúc gỗ, cắm nơi phần mộ còn mới của Đăng, bên bờ lau sậy của trại tù Hà Nam Ninh!

Cái chết tức tưởi của Đăng khởi nguồi từ buổi chiều, sau khi cùng vài bạn tù đi chôn người bạn tù chết vì ruột thừa bị làm độc mà ban quản giáo không cho chuyển đi bệnh viện!

Chôn bạn xong, trở về, lòng buồn cho tình cảnh của bạn và tủi cho chính mình, Đăng hát nho nhỏ những câu ca chợt đến trong hồn: *"Khi đất nước tôi thanh bình, tôi sẽ đi thăm, tôi sẽ đi thăm, cầu gẫy vì mìn, đi thăm hầm chông và mã tấu... Khi đất nước tôi không còn chiến tranh, bạn bè mấy đứa vừa xanh nấm mồ..."(3)* Vừa hát đến đây, Đăng bị tên vệ binh đi cạnh "phan" liên tiếp mấy bá súng vào đầu. Đăng ngồi thụp xuống, dùng hai tay che đầu trong khi bạn tù cùng la lên:

- Đang không sao đánh người ta?

Mấy tên vệ binh khác bu đến, hỏi:

- Có 'sự cố' gì thế?

Tên vệ binh đã đánh Đăng đáp:

- Nó hát những 'nời' phản động thì để nó sống 'nàm' ".éo" gì!

Tên quản giáo lôi Đăng đứng lên, hất hàm:

- Anh hát cái gì, 'nập nại' xem.

Đăng lập lại. Tên quản giáo quát:

- Đất nước đã được 'giải phóng', được thống nhất thì nhân dân phải 'hồ hởi', phấn khởi sống trong tự do, hạnh phúc chứ sao 'nại' đi thăm mấy chỗ quái quỷ ấy? Rồi 'nại' bạn bè xanh mồ 'nà' sao, hả?

Đăng đáp:

- Bản nhạc này là của Trịnh Công Sơn, một cảm tình viên hạng nặng của các anh đó.

Cả nhóm nhìn nhau, lúng túng, chả biết Trịnh Công Sơn là ai. Tên quản giáo hỏi:

- "Chịn"' Công Sơn "nà" thằng chết tiệt nào, hả? Nó đặt "nời" ca phản động thế đấy mà anh dám bảo nó "nà" cảm tình viên của "cách mạng" à? Cảm tình thì "nàm" sao cân/đo được mà "nại" bảo nặng với nhẹ? Dốt vừa thôi chứ! Cách mạng đã khoan hồng, tha chết cho các anh, giữ các anh trong này để nhân dân không nổi máu căm thù mà giết chết các anh. Anh có hiểu như thế không, hả?

Đăng cười khẩy:

- Hiểu chứ sao không!

Tên quản giáo hất mặt:

- Anh hiểu 'nà' hiểu như thế "lào"?

Đăng cười "nửa miệng":

- Miếng bánh cốm mà tôi mời cán bộ hôm trước là do lòng căm thù của nhân dân dành cho Ngụy quân mà tôi có đấy.

Tên quản giáo đỏ mặt:

- "Lày! Lày!" Đang "chanh nuận" về thằng phải gió 'Chịn' Công Sơn mà anh nói quàng nói xiên hả?"

Đặng vẫn tỉnh bơ:

- Tôi không nói quàng nói xiên. Cán bộ muốn biết Trịnh Công Sơn là thằng phải gió nào thì tôi cho cán bộ biết. Trịnh Công Sơn là tác giả bài Đàn Bò Về Thành Phố đó. (4)

- Bò gì mà "nại" về thành phố cả đàn?

- Tháng Tư 75 tụi nó về thiếu gì!

Tên quản giáo lắc đầu:

- Thằng này điên dzồi. Nó nói gì ".éo" ai hiểu. Đem nó về cho ban quản giáo "xử ný" nó.

Ban quảng giáo "xử lý" Đăng bằng cách biệt giam.Tối đó, vì lúc chiều bị tên vệ binh đánh nhiều bá súng vào đầu, Đăng bị xuất huyết trong não mà không ai biết!

Hôm sau, ban quảng giáo bảo Đăng bị "trúng gió", chết!

Khi được phép dời mộ của Đăng, Mạ phải bán chiếc nhẫn cưới, thuê người cải táng cho Đăng. Khi mở manh chiếu rách bọc thây của Đăng, Mạ thấy mảnh giấy ghim vào chiếc áo tả tơi của Đăng: *"Giặc 'nái' phản 'nực'"*!

Sau khi được bảo lãnh sang Mỹ, Mạ bị bệnh trầm cảm nặng, ngủ không được. Một hôm, đi làm về, Đức thấy mấy chai thuốc bệnh, thuốc bổ trống trơn nằm cạnh thân người của Mạ! Lúc đưa Mạ vào xe hồng thập tự xong, nhân viên mới gỡ từ tay Mạ tờ giấy ghi *"Giặc 'nái' phản 'nực'"* trao cho Đức!...

... Trong khi Đức miên man trong dòng ký ức buồn thảm thì Hương Giang, sau khi lấy mấy chai nước, thấy CD nhạc ngoại quốc được bày bán, vội đến xem. Một ông Việt Nam đến gần:

- Thưa bà, bà cho phép tôi hỏi bà một câu, được không ạ?

- Vâng, anh cứ hỏi.

- Thưa bà, dường như tôi đã gặp bà đâu đó…

- Tại sao anh lại nghĩ như vậy?

- Thưa, vì bà trông quen lắm. Có phải ông nhà, trước 1975, là Hải Quân V.N.C.H. không ạ?

Thấy rõ sự lúng túng như sợ sệt của Hương Giang, ông Việt Nam trấn an bằng cách vừa nói vừa mở khuy áo, hé lộ vùng ngực bên trái để Hương Giang thấy hai chữ "Sát Cộng" còn hằn trên vùng ngực của ông:

- Tôi là lính Hải Thuyền; về sau được sát nhập vào Hải Quân V.N.C.H.

- Trời! Sao anh còn dám để hai chữ đó?

- Hải Thuyền mà, bà! Hồi trước hành quân bằng ghe Di Cư, phải chèo tay, mà tụi tôi còn bắt được ghe Trung Cộng, bên trên ngụy trang là ghe đánh cá, nhưng dưới lườn ghe thì toàn là vũ khí hạng năng đó!

Nghe nhắc đến ghe Trung Cộng ngụy trang, Hương Giang hỏi dò:

- Vậy anh có phục vụ tại Duyên Đoàn 26 hay không?

- Đúng rồi! Em nhận ra chị rồi. Em là Lực đây, chị Hai! Duyên Đoàn 26 bắt 2 ghe Trung Cộng chứ ai!

Ngày trước, Nam không cho thuộc cấp gọi Hương Giang bằng "bà" mà chỉ nên gọi là "chị" hoặc "cô". Những quân nhân này nghe em của nàng gọi nàng bằng "chị Hai" cho nên họ cũng gọi nàng bằng "chị Hai". Hương Giang hỏi:

- Hồi đó, sau khi rời Duyên Đoàn 26, anh thuyên chuyển đến đơn vị nào?

- Dạ, Duyên Đoàn 13.

- Ông nhà tôi cũng có thời gian phục vụ tại Duyên Đoàn 13.

- Có lẽ lúc Chỉ Huy Trưởng tới thì em đổi đi rồi

- Ông nhà tôi không còn nữa!

- Trời! Sao vậy, chị Hai?

- Lần cuối cùng tôi thăm nuôi ông ấy, ông ấy cứ bảo Mẹ con tôi nên tìm cách về Mỹ Tho mà sống, vì người dân ở đó hiền hòa; còn ở kinh tế mới Long Tân sẽ khổ sở cả đời. Hiểu ý ông ấy tôi về bán tất cả những gì có thể bán rồi đem các cháu vượt biển. Sau đó tôi được gia đình cho hay ông ấy vượt ngục và bị Việt Cộng bắn chết! Gần đây, em tôi liên lạc được với một tổ chức tư nhân, chuyên giúp người miền Nam tìm lại mộ phần hoặc vết tích của người thân ở tù ngoài Bắc. Bây giờ chị em tôi ra Bắc để nhờ họ giúp tìm mộ ông nhà tôi.

- Em biết ổng mà! Đời nào ổng chịu "bó tay" để tụi Việt Cộng cầm tù!

Giọng bùi ngùi, Lực tiếp:

- Chị cho em đi với, chị Hai.

Hương Giang để mấy chai nước và mấy CD lên quày tính tiền, đáp:

- Đường sá xa xôi, khó khăn lắm, anh Lực à!

- Khó thì khó, tình thầy trò mà, chị. Cho em đi tìm ổng với, chị Hai!

Hương Giang lắc đầu. Lực tiếp:

- Chị nhớ hồi ở Duyên Đoàn 26, em đi hành quân với

Chỉ Huy Trưởng suốt mấy ngày; tại hậu cứ Bình Ba, vợ em chuyển dạ, không có phương tiện đưa qua Ba Ngòi, thằng Tài y tá hoảng quá, chạy lên nhờ chị. Chị – dù không phải là y tá hay là nữ hộ sinh – cũng mau mắn đến giúp thằng Tài, đón con trai đầu lòng của em vào đời. Chị nhớ không, chị Hai?

Không ngờ Lực nhắc lại một kỷ niệm mà nàng đã quên từ lâu, Hương Giang xúc động:

- Xin lỗi, tôi nhớ đã dựa vào những kiến thức sơ đẳng để giúp vợ một anh Hải Thuyền sinh "con so", tại Bình Ba; nhưng tôi không nhớ cháu bé đó là con của ai.

- Chị quên, nhưng vợ chồng em không thể quên. Em không dám nói là để đền ơn chị, nhưng em muốn giúp chị và em cũng muốn làm một chút gì cho Chỉ Huy Trưởng. Nghĩa tử là nghĩa tận, chị Hai!

- Anh làm tôi khó nghĩ.

- Chị đừng nghĩ ngợi gì cả. Ổng và em đã từng sống chết bên nhau trong nhiều cuộc đụng độ nặng. Chị biết mà!

- Vâng. Xin cảm tạ tấm lòng của anh đối với ông nhà tôi và tôi.

Lực nói với cô thâu ngân:

- Con chào bà đi, con! Mẹ về, con nói với Mẹ là Ba gặp lại người đã giúp y tá Tài lo cho Mẹ sinh anh Lưỡng; và Ba đưa bà đi tìm phần mộ của ông.

Quay sang Hương Giang, Lực tiếp:

- Thôi, chị Hai, không tiền nong gì hết. Xin lỗi chị, em vô lấy vài thứ cần dùng để đem theo rồi em ra xe ngay.

***

Nhìn chiếc cầu cheo leo bắt ngang dòng suối chảy xiết để qua bên kia khu rừng thưa – nơi cộng sản Việt Nam (CSVN) đã giam cầm và đày đọa không biết bao nhiêu quân, cán chính V.N.C.H. – Lực đề nghị:

- Chị Hai, anh Đức và anh Thạch ở lại đây. Em và Niên sẽ qua bên đó.

Hương Giang ngăn:

- Không được, anh Lực! Tôi không thể để anh đi như vậy. Nguy hiểm lắm.

- Chị Hai! Chị nhớ, hôm gặp lại chị em đã cho chị xem hai chữ gì không?

- Tôi biết. Nhưng trách nhiệm đối với bà xã và các con của anh nặng lắm, tôi …

- Chị cho em lo cho ổng lần cuối, nhen, chị Hai.

Đức góp ý:

- Em đi với anh Lực, chị khỏi lo.

Lực quay sang Đức:

- Xin lỗi anh. Anh đã có tuổi, lại thêm gần mười năm tù Cộng Sản, phản ứng và sự nhanh nhẹn của anh không thể nào bằng em được.

Nhìn Niên xách các dụng cụ dùng để dời mộ và Lực xách chiếc rương nhỏ để đựng xương cốt của Nam, Hương Giang thở dài. Khi thấy Lực tay vịn vào sợi dây rừng của chiếc cầu treo để lần dò từng bước theo Niên, nàng lặng lẽ khóc. Vừa lấy kleenex thấm nước mắt nàng vừa thầm khẩn: *"Anh sống khôn thác thiên, xin phù hộ cho Người Lính Hải Thuyền tốt bụng để anh ấy đem hài cốt của anh về."* Sau giây phút xúc động, nàng lại lo cho Lực:

- Anh Thạch! Từ đây qua bên đó nguy hiểm không?

- Không. Dân tình ở đây hiền lắm. Họ ôm trong lòng "nỗi đau Việt Nam" cho nên ngày trước, hễ thấy vắng vệ binh hoặc cán bộ là họ biếu tù cải tạo những gì họ mang theo để ăn trưa khi làm rẫy.

- Sao anh biết?

- Ngày trước tôi là quản giáo trại tù này mà.

Đức và Hương Giang thoáng giật mình, nhưng trấn tỉnh ngay. Đức góp chuyện:

- Vậy mà tôi cứ tưởng người Bắc căm thù chúng tôi như lời cán bộ thường tuyên truyền.

- Căm thù gì! Ngay như tụi Mỹ mà chúng tôi cũng chả căm thù nói gì người miền Nam.

- Thế tại sao các anh đánh cho "Mỹ cút"?

- "Trên" bảo đánh, mình phải đánh; không đánh, mình chết – mà không phải một mình mình chết! Ngoài này không như trong Nam. Trong Nam, trốn lính thì chỉ cá nhân đó chịu tội, Cha Mẹ, vợ con không liên đới trách nhiệm. Còn ngoài này, hễ trốn lính là nó cắt khẩu phần, cắt tem phiếu thực phẩm của gia đình. Vợ con chỉ có chết đói thôi! A, anh nhớ vụ John McCain không? Nếu dân căm thù Mỹ thì lúc ấy làm thế nào John McCain sống nổi. Nhưng phải công nhận, John McCain tốt số. Nếu hôm ấy mà John McCain gặp bộ đội hoặc công an thì làm gì còn có thượng nghị sĩ John McCain!

- Tại sao bộ đội và công an lại nuôi căm thù dữ vậy?

- Căm thù trong bài Quốc ca chứ đâu. Trẻ con vừa lớn là phải thuộc lòng bài Tiến Quân Ca, phải gào to *"Thề phanh thây uống máu quân thù"*. Bây giờ "nhà nước" sửa lại là *"Đài vinh quang xây xác quân thù"*. Thế thì bộ đội và công an giết người để xây đắp vinh quang cho đảng, cho "nhà nước" và cho cá nhân chứ có phải chiến đấu vì đất nước, vì quê hương con mẹ gì đâu! Còn bài Quốc ca miền Nam thì hiền bỏ xừ! "Thù nước" chỉ biết "lấy máu" của mình để báo thù thôi. Bởi thế nhân dân và lính miền Nam mới hiền!

Hương Giang hướng câu chuyện trở lại sự lo âu của nàng về Lực:

- Công việc dời mộ lâu không, anh Thạch?

- Mộ gì, chị! Hồi ấy "Trên" chỉ thị là chỉ lấp vội lấp vàng hay là lấy đá chất chung quanh như kiểu "vùi nông một nấm" chứ đâu phải đào sâu xuống đất.

- Trời! Nếu vậy, thú rừng đào lên ăn thịt, làm sao?

- Thời buổi ấy mạn người miền Nam còn thua con kiến mà, chị!

Hương Giang cúi mặt, buồn! Thạch tiếp:

- Nói thật với anh chị, sống và làm việc gần với sĩ quan "Ngụy" tôi thấy họ khác với chúng tôi nhiều lắm.

Đức hỏi:

- Khác như thế nào?

- Đa số sĩ quan Ngụy đều có học vấn cao, người lại cao, to, đẹp "giai" mà lại còn "văn nghệ văn gừng" nữa.

- Anh biết hoặc thích văn nghệ không?

- Hồi đó văn nghệ ngoài này chỉ là "xôn đố mì" và bài Quốc Tế Ca như thời Bố tôi chứ biết gì đâu mà thích! Đến thời tôi và cháu tôi – thằng Niên đấy – thì mới có Trường

Sơn Đông, Trường Sơn Tây.Sau "giải phóng" cũng chưa có gì khác. Mãi đến khi "nhà nước" không còn cấm nhạc vàng nữa thì tôi mới biết nhạc vàng.

- Tại sao lại gọi là "nhạc vàng"? Chúng tôi chỉ gọi là âm nhạc thôi.

- Cái gì quý thì mình gọi là quý như vàng ấy mà.

- Anh vào Nam chưa?

- Chưa. Vợ chồng, con cái tôi nghèo lắm. Từ khi có nhiều người Nam ra Bắc lo vấn đề tìm mộ hoặc vết tích của những sĩ quan "Ngụy" đã chết trong các trại tù, những gia đình nghèo như chúng tôi mới bắt đầu có miếng ăn kha khá.

- Ủa, tôi tưởng, sau 1975, đời sống mọi người khá rồi chứ.

- Khá gì! Những gì anh chị thấy không thể nói lên sự thật đâu.

- Tôi thấy thi hoa hậu, xây tượng đài và lễ lượt linh đình hoài. Nhà ai cũng xe cộ; tệ lắm thì xe hai bánh. Cứ sáng ra là người đông nghẹt ngoài đường. Thanh niên thì suốt ngày ngồi đầy hàng quán dọc vĩa hè. Các nơi giải trí như cà-phê mùng, bia ôm, xi-nê giường lúc nào cũng đông nghẹt.

- Thi hoa hậu và lễ lượt linh đình để bọn con gái mang giày cao cả tất – mà chúng nó gọi là "em chân dài" – phô trương đồ giả, toàn là bơm với độn! Nói thật, con gái Á đông chinh phục được cảm tình của mọi người trên thế giới là nhờ đặc điểm dịu dàng, thùy mị, khả ái và kín đáo chứ con gái Á đông làm sao "xết-xy" cho bằng con gái Âu Mỹ; mà cái gì của con gái Âu Mỹ cũng đa số là đồ thật, ít bơm, ít độn! Nhưng mục đích chính của "nhà nước" tổ chức thi hoa hậu và lễ lượt liên miên là để ru ngủ thanh niên. Thanh niên ham chơi, chả thèm lưu tâm đến những điều khuất tất do "nhà nước" chủ xướng. Xây tượng đài khắp nơi là vì: Cứ mỗi đồ án cho một tượng đài nhà nước chi ra cả trăm, cả ngàn tỷ thì cấp lãnh đạo bỏ túi, chia nhau từ 3 đến 4 mươi phần trăm tổng số tiền do "nhà nước" chấp thuận cho đồ án đó chứ có phải chúng nó xây tượng vì tôn quý gì mấy ông ấy đâu! Nhiều nhà có xe hai bánh vì cái xe là "chân" đi kiếm cơm. Còn thanh niên bảnh mắt ra ngồi đầy quán vỉa hè vì thằng nào con nào cũng có bằng tiến sĩ thạc sĩ mà tìm việc không ra; vì hai lý do. Thứ nhất, không ai có thể xác nhận được bằng thật hay bằng "mua". Thứ hai, việc làm chỉ dành cho bọn con ông cháu cha thôi. Các nơi giải trí đồi trụy "mọc" lên như nấm là vì đạo đức suy đồi tận gốc; đó là hậu quả 71 năm trồng người của đảng CSVN và ông Hồ!

- Nói như vậy anh không ngại bị rắc rối với công an sao?

- Rắc rối gì? Thiên hạ chửi om sòm ngoài đường, trên "phây búc" nữa. "Con giun đánh lắm cũng quằn"!

- Tôi khuyên anh nên cẩn thận.

- Chả nhẽ anh chị đi báo công an bắt tôi? Mà bắt thì bắt, tù vài năm, lại được tiếng chống chế độ, có thể được Mỹ can thiệp rồi biết đâu cả nhà được sang Mỹ!

- Nếu được sang Mỹ, anh có đi hay không?

- Ôi, Giời! Trước 75, ta dốc toàn lực đánh cho Mỹ cút "Ngụy" nhào. Sau 75, ta dốc toàn lực "chôm chỉa" để đưa con sang Mỹ, rồi từ từ con ta bảo lãnh ta sau.

- Nếu vậy thì mấy triệu thanh niên miền Bắc chết cho cuộc chiến chống Mỹ để làm gì?

- Nhờ "in-tơ-nết" mà ai cũng thấy đảng và nhà nước đi từ sai lầm này đến sai lầm khác.

- Sai lầm như thế nào?

- Này nhá, bao nhiêu nước ngày xưa bị Pháp đô hộ mà ngày nay họ vẫn độc lập, không tốn một viên đạn, một giọt máu. Thắng Pháp rồi ta lại đánh ta còn tàn nhẫn hơn là ta đánh Pháp.

- Ủa, các anh đánh các anh tại sao không ai thấy có cuộc cách mạng nào cả?

- Không phải cách mạng. Tôi muốn nói "cải cách ruộng đất" đấy!

Đức và Hương Giang đưa mắt nhìn nhau. Thạch tiếp:

- "Cải cách ruộng đất" nó tệ hơn một cuộc chiến; vì cuộc chiến thì ta đánh với địch; còn "cải cách ruộng đất" thì con tố Cha, vợ tố chồng, đầy tớ tố chủ nhà, gây ra không biết bao thảm cảnh và kinh hoàng! Sai lầm kế tiếp là đánh Mỹ "Ngụy".

- Anh có hãnh diện là CSVN đã thắng Pháp và Mỹ không?

- Hãnh diện gì! Pháp đô hộ Việt Nam mà mình có Quốc ngữ riêng; mình không phải học và viết chữ như giun bò của Trung Cộng. Bảo rằng Pháp và Mỹ đô hộ mà Pháp và Mỹ có lấy của nhân dân cái nhà nào, mảnh đất nào không? Ngược lại, sau khi "giải phóng" miền Nam, CSVN đã tịch thu tất cả nhà cửa, tài sản rồi đuổi không biết bao gia đình người miền Nam đi kinh tế mới? Thế thì ai mới là kẻ đô hộ? Ngày trước, căn cứ quân sự của Mỹ chỉ có câu "không phận sự, cấm vào". Còn Trung Cộng ở trên đất nước mình, khai thác tài nguyên của mình, lấy vợ Việt Nam, sinh con, lập khu tự trị mà nó lại để bảng "Nghiêm cấm người Việt lai vảng".

Hương Giang thầm nghĩ, có thể đây là nghiệp báo. Năm 1954, trước khi tập kết ra Bắc, người CSVN đã "cấy" những "hạt giống đỏ" để lại miền Nam. Khi những đứa bé này lớn lên, người Mẹ kể về người cha tập kết để "giải phóng" miền Nam, thế là trong lòng đứa bé thấp thoáng bóng dáng một "người hùng". Vì ý tưởng tốt đẹp về người Cha xa vắng, khi lớn hơn tý nữa, những đứa bé này trở thành những tên du kích, nằm vùng, nội tuyến, âm thầm hoạt động rất tích cực để phá hoại miền Nam. Giờ đây Tàu Cộng cũng đã, đang và sẽ "cấy" những hạt giống Tàu và sau này lũ trẻ lai Tàu sẽ quay lại chống phá quê Ngoại – y như những tên du kích, nằm vùng và nội tuyến của miền Nam, ngày trước! Nhưng nàng lại nói khác:

– Nghe bảo tụi Tàu thuê đất của mình mà.

Như được dịp nói ra nỗi ẩn ức của mình, Thạch nói "một mạch":

– Đúng là tụi Trung Quốc có hợp đồng thuê đất; nhưng tiền Trung Quốc trả để thuê đất "chạy" vào túi của cấp lãnh đạo hết ba bốn mươi phần trăm rồi! Sau giải phóng chúng tôi mới "ngã ngửa" ra là mấy ông Tướng và quan chức cao cấp V.N.C.H. đều ở trong những ngôi nhà do Pháp để lại chứ họ không có nhà riêng; còn bây giờ, nhà của mỗi ông Tướng, ông tá hoặc quan chức của đảng CSVN là một lâu đài – cả nghĩa đen lẫn nghĩa bóng.

Máu xương của người Việt Nam đổ ra trong hai cuộc chiến chống Pháp và chống Mỹ đâu phải để cho cấp lãnh đạo CSVN xây lâu đài, gửi con sang Mỹ du học, đem theo tiền mua bất động sản; trong khi con của nhân dân thì nghèo đói, con trai phải đi lao động nước ngoài, con gái phải phơi thây cho Đại Hàn và Trung Quốc chọn lựa, mua về làm vợ cho những kẻ tật nguyền hoặc có khi làm vợ cho cả cha và anh em trai cùng gia đình! Nếu thế thì hô hào "đánh cho Mỹ cút Ngụy nhào" để làm con mẹ gì! Cái thằng đáng đánh là thằng láng giềng khốn nạn Trung Quốc mà đảng và "nhà nước" Việt Nam lại cứ cúi đầu chịu nhục!

Bây giờ, vụ cá chết lềnh láng ở Vũng Áng và dọc theo miền Trung là do hãng Tàu khựa Formosa thải chất độc làm ô nhiễm môi trường rộng lớn của một đất nước bé nhỏ mà đảng và "nhà nước" cũng im thin thít!

Ở đời, sống phải có cái dũng! Năm 1974, khi Trung Quốc xâm lăng Hoàng Sa, các anh chỉ có "một nửa" nước Việt Nam thôi, thế mà các anh dám cho Tàu khựa và thế giới biết thế nào là tinh thần dũng cảm của người Việt chống ngoại xâm! Rồi đến tháng Tư 75, miền Nam thất trận thì năm vị Tướng lãnh và nhiều sĩ quan V.N.C.H. tuẫn tiết! Một quân đội như thế làm tôi khâm phục.

Nếu năm 1974, CSVN ra lệnh ngưng tấn công miền Nam rồi cho lệnh chúng tôi dốc toàn lực hiệp cùng miền Nam chống lại sự xâm lăng của Trung Quốc tại Hoàng Sa thì – dù thua – nhân dân cả hai miền Nam Bắc cũng đều tôn thờ đảng CSVN rồi!

Nhận xét của Thạch rất chân thật và chính xác, nhưng Đức và Hương Giang cũng vẫn ngại ngùng, không dám góp ý. Đức tìm lý do để không phải kéo dài câu chuyện:

- Mấy hôm nay đi đường xa, em mệt, em muốn nghỉ một tý. Chị Hai cũng cần nghỉ ngơi để còn ngồi xe trở về nữa.

***

Trên chuyến xe trở về, Hương Giang để rương đựng hài cốt của Nam cạnh chỗ nàng ngồi. Thỉnh thoảng nàng đưa tay vuốt nhẹ như âu yếm, như mơn trớn người chồng can cường. Xe chạy ngang cầu Tư Hiền, nhìn về hướng hậu cứ Duyên Đoàn 13 cũ, Hương Giang cảm nhận được niềm thương nhớ dâng tràn!

Nhìn vùng biển xa xa, Hương Giang tưởng như thấy được chiếc ghe Chủ Lực đang lướt sóng. Gần mũi ghe, Nam – trong quân phục xanh tím, không áo giáp, không nón sắt – đứng thẳng, tay trái cầm ống liên hợp, áp vào tai, tay phải chống vào mạn sườn.

Hình ảnh Nam rõ dần, rõ dần cũng là lúc tiếng hát nức nở của Whitney Houston vang lên trong lòng người góa phụ: *"...It's not very easy living all alone. My friends try and tell me, find a man... But each time I try, I just break down and cry. Cause I'd rather be home feeling blue. So I'm saving all my love for you..."* (5)

1.- Triếng Sông Hương của Phạm Đình Chương
2&3.- Tôi Sẽ Đi Thăm của Trịnh Công Sơn
4.- Du Mục của Trịnh Công Sơn
5.- Saving All My Love For You của Whitney Houston

Kỷ Niệm Hội Ngộ
Khóa 6/68 Sĩ Quan Trừ Bị Thủ Đức
&
Những Hoài Niệm Riêng

*Để tưởng nhớ em tôi – Nguyễn Phiêu Linh –
và kính tặng tất cả cựu S.V.S.Q./T.Đ. khóa 6/68*

Đây không phải là lần đầu tiên tôi được tham dự sinh hoạt của "mấy ông nhà binh"; nhưng, kỳ Hội Ngộ của khóa 6/68 Cựu S.Q./T.B. Thủ Đức vừa qua, tại Nam California, lại là một Hội Ngộ khiến tôi xúc động nhiều nhất.

Sự liên hệ giữa khóa 6/68 S.Q./T.B. Thủ-Đức và Điệp-Mỹ-Linh bắt nguồn từ nhà văn Vũ-Uyên-Giang, tên thật là Nguyễn Quang Vinh.

Từ khi quen anh Vinh, tôi chỉ biết anh là một nhà văn Quân Đội chứ chưa bao giờ tôi hỏi xuất xứ của anh. Sau khi anh Vinh tạo ra website Thủ-Đức khóa 6/68, em tôi – Nguyễn-Phiêu-Linh – từ Việt-Nam emailed cho tôi biết rằng Linh cùng khóa 6/68 với anh Vinh. Linh cũng giới thiệu với tôi những người bạn cùng khóa như anh Tiêu Nhơn Lạc, anh Lê Đông Hải, anh Xuân Thu, chị Bích Thủy, v.v…

Khi biết tôi là chị Hai của Linh, vài anh – khi emailed cho tôi – cũng gọi tôi là "chị Hai". Tôi ngại ngùng hồi đáp: *"Cảm ơn các anh. Nhưng tôi không dám nhận là 'chị Hai' của các anh đâu"*. Điều làm tôi vui thích nhất là khi các anh chuyển emails qua lại với nhau, vô tình vài emails "lạc" vào box của tôi; và tôi thấy trong các emails đó, các anh gọi Điệp-Mỹ-Linh bằng ba chữ thân thiết: "Chị thằng Linh".

Từ ngày Linh bất ngờ ngã bệnh cho đến khi Linh lìa đời, gia đình khóa 6/68 đã hết lòng với Linh. Do đó, tôi thầm mong được một lần đích thân cảm tạ tấm lòng của gia đình khóa 6/68 S.Q.T.B./T.Đ.

Nhà văn Vũ Uyên Giang gửi đến tôi một thiệp mời in rất đẹp và những dòng chữ thân tình.

Đến phi trường John Wayne, tôi được anh Lê Đông Hải đón. Anh Hải bảo:

- Mấy ngày chị ở đây Hải sẽ lo phần đưa đón chị, chị đừng ngại. Bây giờ, trước khi đưa chị về khách sạn, Hải mời chị dùng cơm trưa. Hải sẽ gọi vài người trong khóa đến nhà hàng gặp chị.

Là một người nhút nhát, ít giao thiệp, nhưng trong bữa ăn trưa với anh Hải, anh Tiến, anh Hạnh, anh Thanh, anh Hiền, v. v… không những tôi không cảm thấy ngại ngùng, xa lạ hoặc lạc lõng mà tôi lại cảm thấy vui và thân mật như những ngày tôi ăn cơm lính – đúng nghĩa nhất – trên những chiến đỉnh trong vùng U-Minh hung hiểm.

Đêm tiền Hội Ngộ, 24 tháng 5-2014, tôi được gặp và làm quen với nhiều người bạn khác của Linh. Bằng một cách nào đó, trong ánh mắt, nụ cười, trong lời thăm hỏi, trong những câu chuyện trao đổi giữa các anh chị và tôi, tôi tưởng như tôi đã quen thân với quý anh chị từ lâu lắm.

Đang vui, lòng tôi chợt chùng xuống khi nghe nhà văn Vũ Uyên Giang – trong khi đứng trên sân khấu giới thiệu về Đặc San của khóa 6/68 – bảo rằng trong Đặc San có bài của Điệp-Mỹ-Linh và của Nguyễn Phiêu Linh. Linh viết bài và chuyển đến anh Vũ Uyên Giang trước khi Linh ngã bệnh.

Sau đó, mỗi anh đứng lên, tự giới thiệu về mình: Tên, họ, số quân và đơn vị. Tôi nhìn quanh hội trường rồi nhìn ra cửa, nhìn ra bãi đậu xe, lòng thầm ước được thấy Linh bước vào, tự giới thiệu: Nguyễn Phiêu Linh, số quân 68/…

Dĩ nhiên tôi hiểu rằng không bao giờ Linh có thể xuất hiện trong niềm ước mơ không tưởng của tôi. Nhưng lạ lùng thay, tôi lại tưởng như tôi có thể thấy được Linh cùng một nhóm quân nhân thuộc đơn vị Pháo Binh Diện Địa đồn trú tại Phù-Cát, thành phố Qui-Nhơn, vào những ngày cuối tháng Ba năm 1975.

Sau khi biết chiến hạm Hải-Quân "bốc" nhiều đơn vị Bộ-Binh, quân bạn, đồng bào và đã rời khỏi hải cảng Qui-Nhơn, Linh cùng nhóm quân nhân kết bè, vượt thoát.

Tại Sài Gòn, khi hay tin Hải-Quân rút khỏi Qui-Nhơn, tôi nhờ người bạn liên lạc với sĩ quan tùy viên của trung tướng Nguyễn Xuân Thịnh – vị Tướng chỉ huy tất cả đơn vị Pháo-Binh Việt Nam Cộng Hòa (VNCH) – nhờ vị sĩ quan này tìm phương vị của Linh. Vài ngày sau, vị sĩ quan tùy viên của Tướng Thịnh điện thoại cho tôi hay rằng Nguyễn Phiêu Linh đã về đến Cam-Ranh vào đêm 31 tháng Ba năm 1975.

Sau khi sang Mỹ, Ba Má tôi kể lại: Gần sáng 1 tháng 4-75, nghe tiếng gõ cửa, cả nhà sợ, không dám mở. Gõ hoài, cửa vẫn không mở, Linh lớn tiếng gọi tên vợ của Linh. Lúc đó cả nhà mới nhận ra giọng của Linh và vùng dậy, vui mừng khi thấy Linh cùng nhóm quân nhân. Nhưng khi Linh đề nghị cả gia đình nên di tản bằng đường bộ – vì con đường từ quốc lộ I qua Trung Tâm Huấn Luyện Hải-Quân Cam-Ranh đã đông nghẹt người và lính gác không cho vào – thì Ba tôi từ chối.

Nhà của Ba Má tôi ở ngay quốc lộ I. Ngày cũng như đêm, Ba Má tôi chứng kiến từng suối người cuồn cuộn tuôn về Nam. Nhiều gia đình thất lạc, nhiều người già và trẻ em chết, bị bỏ lại bên đường, cho nên Ba tôi sợ.

Linh im lặng, tụ họp cả đại gia đình tại phòng khách. Linh bảo mọi người đứng thành vòng tròn, Linh đứng giữa. Mọi người, kể cả nhóm quân nhân cùng vượt thoát với Linh, đều nhìn nhau, không hiểu Linh có ý định gì. Linh rất bình tĩnh, lấy từ túi quần nhà binh một trái lựu đạn, rút chốt, dõng dạc hỏi:

– Ba Má có di tản hay không? Nếu không, con cho lựu đạn nổ để cùng chết!

Mọi người hoảng sợ, năn nỉ Linh.

Khi cùng gia đình và nhóm quân nhân đến cầu Trà Long, Linh mới biết được rằng giòng người bị ứ đọng tại đó từ lâu; vì cầu Trà Long bị Lý Tống – phi công của VNCH – dội bom, sập!

Năm 1998, Minh – Bố của các con tôi – và tôi về Việt-Nam; vì bà Cụ của Minh bị bệnh nặng. Dù đã chích ngừa và đem theo nhiều thuốc dự phòng, tôi vẫn bị trúng độc, nằm liệt giường, tại khách sạn, Nha-Trang. Tôi không thể ăn hoặc uống bất cứ thứ gì; vì vậy, số thuốc đem theo không thể dùng được. Trong khi bị lã người vì cơ thể thiếu nước, mà bác sĩ tại Nha-Trang cũng không thể giúp tôi được, tôi nghe loáng thoáng Minh trò chuyện với Linh:

– Tội nghiệp chị Hai của Linh, khi nhận được tin Linh từ chối sang Mỹ theo diện H.O., chị Hai như phát điên!

Giọng Linh bùi ngùi:

- Lúc ở tù, bị tụi nó hành hạ về thể chất lẫn tinh thần – và nhất là mỗi sáng đi lao động ngang vườn rau cải, thấy Ba phải gánh phân người, đã chế biến, để tưới rau cải, em chịu không được – em oán hận tụi Mỹ đã bỏ rơi miền Nam cho nên em từ chối phỏng vấn diện H.O.. Về sau, chương trình H.O. mở lại thì các con em đều trên 21 tuổi, không được đi. Em nghĩ, em đã ở tù nhiều năm, không lo được gì cho con em; bây giờ vợ chồng em qua Mỹ để làm gì khi mà các con của em ở lại trong cảnh khốn cùng, cho nên em cũng 'dẹp' luôn! Đó là một quyết định sai lầm mà em rất ân hận khi vợ và con của em bệnh, không được chữa trị vì thuộc vào gia đình Ngụy, đành phải chết!"

Vừa nói đến đây, Linh chợt nhớ, vội nói tiếp:

- Chết! Em đang nấu nước gạo rang cho chị Hai uống mà nãy giờ em quên; để em xuống bếp xem xong chưa.

Minh hỏi với theo:

- Ai bày Linh vậy?

- Dạ, mấy người làm trong khách sạn này.

Khi Linh trở lại phòng, Minh đỡ tôi dậy. Tôi vừa hớp vài ngụm nước gạo rang thì lại nôn trở ra. Linh năn nỉ tôi:

- Chị Hai! Ráng uống chút nước gạo rang em nấu nè!

Âm vang sáu tiếng thân thương: *"...nước gạo rang em nấu nè"* của Linh khơi dậy trong hồn tôi câu nói *"Chị Hai! Cù-là nè. Chị đau ở đâu, em xức cho"* mà Linh đã nài nỉ tôi sau khi tôi bị...đòn!

Tôi bị đòn vào chiều 15 tháng 6 năm 61, cũng tại Nha-Trang. Lý do tôi nhớ được cả không gian và thời gian vì sáng 16-6-61 là Lễ Đính Hôn của Minh và tôi.

Cả tuần lễ trước ngày Lễ Đính Hôn của tôi, gia đình tôi rất bận rộn. Minh đến xin phép Ba Má tôi cho Minh đưa tôi đến tiệm vàng lấy chiếc nhẫn đính hôn mà Ba Mạ của Minh đã đặt mua từ mấy ngày trước.

Sau khi Ba Má tôi cho phép – như một điều kiện không thể thay đổi – Ba Má tôi gọi Linh, với dụng ý bảo Linh đi theo Minh và tôi. Sau vài lần gọi mà không nghe Linh đáp, bà giúp việc từ bếp bước lên cho Ba Má tôi hay rằng Bà Ngoại của tôi bị đứt tay khi cắt trái su, Linh đạp xe đi mua thuốc đỏ cho Ngoại. Ba Má tôi nhìn nhau, chưa biết quyết định như thế nào thì Minh nhìn đồng hồ tay, có vẻ sốt ruột. Má tôi hỏi Minh:

- Một mình cháu đi lấy nhẫn, được không?

- Dạ, được. Nhưng con không thể biết nhẫn rộng hoặc chật cho ngón tay của Thanh-Điệp; rủi mai nhẫn bị rộng hoặc chật thì làm sao?

Ba tôi hỏi Minh:

- Đây ra tiệm vàng rồi trở về, cháu nghĩ mất khoảng bao nhiêu thời gian?

- Thưa bác, khoảng 45 phút hoặc một tiếng đồng hồ là tối đa.

Chúng tôi đi bộ được một khoảng khá xa, chợt Minh đưa tay vẫy chiếc xích-lô. Tôi ngạc nhiên, hỏi. Minh bảo đi bộ lâu lắm, ngại về không kịp giờ đã hứa với Ba Má tôi. Tôi đề nghị nên đón một xích-lô nữa. Minh bảo mai là lễ "Lễ Hỏi" rồi mà còn ngại gì nữa! Tôi cho Minh biết rằng Ba Má tôi rất nghiêm khắc; tôi không dám làm trái ý Ba Má tôi. Minh thuyết phục và hứa sẽ giữ đúng tư cách.

Vâng, Minh đã giữ đúng tư cách của một sĩ quan Hải-

Quân. Minh bảo tôi ngồi sát hẳn bên trong để ít ai thấy; Minh ngồi sát mé phía ngoài. Tôi thầm phục tư cách của Minh.

Trên đường về, Minh bảo xích-lô dừng rất xa nhà Ba Má tôi. Minh và tôi đi bộ về nhà. Vừa đến cửa lớn, thấy Ba Má tôi ngồi nơi phòng khách, nét mặt đầy tức giận, tôi hơi lo. Tôi vừa bước vào, thưa:

- Thưa Ba Má con mới về.

Ba tôi chụp ngay cây chổi quét nhà – mà Ba tôi đã để dựa sẵn cạnh ghế xa-lông – "quất" tôi ba cán chổi! Vừa đánh tôi Ba tôi vừa gằn từng tiếng:

- Ai cho phép con ngồi chung xe xích-lô với đàn ông, hả? Hả?*(1)*

Tôi gần như hoảng loạn; vì tôi là "con cưng", rất dễ dạy và suốt gần 20 năm sống trong gia đình, chưa bao giờ Ba tôi nặng lời mắng nhiết tôi thì làm thế nào tôi có thể mường tượng được rằng có ngày Ba tôi sẽ đánh tôi! Tôi xoay sang có ý tìm Minh, nhưng không thấy Minh đâu cả! Tôi cảm thấy đau thì ít mà tủi thân thì nhiều. Tôi ngồi co ro trong góc nhà, khóc! Linh đem chai cù-là đến, nói nhỏ, vì sợ Ba Má tôi nghe:

- Chị Hai! Cù-là nè, chị đau ở đâu, em xức cho.

Tôi cứ im lặng, khóc, trong khi Linh cứ nài nỉ:

- Chị đau ở đâu, em xức cho.

Một lúc sau, Ba Má tôi gọi tôi đến. Tôi khoanh hai tay, đứng như "Trời trồng". Sau khi giảng cho tôi nhớ về tư cách của một thiếu nữ con nhà nề nếp, có giáo dục, có học thức, có đạo đức thì phải sống theo lễ giáo của Thánh Hiền "Nam nữ thọ thọ bất thân", Ba tôi bảo Má tôi đưa tôi vào phòng, thoa cù-là cho tôi.

Suốt buổi cơm tối, thấy tôi lơ là như nuốt không trôi, Linh cứ hỏi nhỏ:

- Chị ăn hết chưa, em bới cho?

Dùng cơm tối xong – như mỗi khi có điều chi buồn – tôi ôm Accordéon dạo những bản nhạc chợt đến trong hồn chứ tôi không nhìn bản nhạc. Tôi buồn Ba tôi thì ít mà buồn Minh thì nhiều; vì tôi tự hỏi: Tại sao Minh lại lẫn tránh, không dám nhận lỗi với Ba Má tôi là chính Minh đã thuyết phục tôi? Tôi đàn liên miên từ bản nhạc này chuyển sang bản bản nhạc khác. Khi bất ngờ những ngón tay của tôi chuyển sang một tình khúc Việt-Nam, tôi "ngân nga" nho nhỏ theo từng giọt nước mắt rơi trên phím đàn: *"Đàn ơi! Tan nát tim ta nhiều rồi mà sao ta vẫn say sưa hoài cùng em quanh năm ngày tháng?...Cho ta lên tiếng cùng em vài lời. Đời mà thiếu em ta vắng vui!..."* (2)Không biết Linh có nghe tiếng "ngân nga" của tôi hay không, mà Linh đến, ngồi đối diện với tôi, khoanh hai tay trên bàn rồi tựa cằm lên, im lặng lắng nghe. Những ngón tay của tôi chuyển sang sầu khúc Sayonara. Ba tôi động lòng sao đó, bước đến, giọng buồn buồn:

- Con à! Rạp Tân Tân chiếu phim Sayonara, con với Linh muốn đi xem không?

Linh ngồi bật dậy, nhanh nhẩu:

- Dạ, dạ đi, Ba.

Thấy tôi vẫn im lặng, Linh tiếp:

- Đi đi, chị Hai! Có Marlon Brando là tài tử 'ruột' của chị đóng vai chính mà!

Khi Marlon Brando xuất hiện trong khung cảnh tươi đẹp, tình tứ, lãng mạn và âm thanh tuyệt vời của tình khúc

Sayonara, tôi cảm thấy hồn tôi chơi vơi, như tan loãng, như hòa nhập với cốt truyện tràn ngập yêu thương.

Trên đường về, Ba Má tôi đi trước; Linh và tôi "lẻo đẻo" theo sau. Vừa đi Linh vừa nghịch với những viên đá ven đường. Riêng tôi, âm hưởng tình khúc Sayonara cứ vang vọng khiến tôi cảm thấy nỗi buồn trong tôi cứ dâng cao, dâng cao đến ngập cả hồn tôi mà tôi không nhận biết được tôi buồn ai và buồn về cái gì!

Hơn nửa thế kỷ trước, trong khi tôi ôm trong lòng nỗi buồn "không tên" thì Linh vừa đi vừa "nhảy cà tưng" trên hè phố. Hôm nay, trong hội trường này, tôi ôm trong lòng nỗi buồn vì thương nhớ Linh thì Linh không còn nữa!...

… Đang bị chi phối vì kỷ niệm, bất chợt tôi choàng tĩnh vì chị ngồi cạnh nâng tay tôi:

- Chị đứng lên. Chị đứng lên. Người ta giới thiệu Điệp-Mỹ-Linh kìa.

Tôi đứng lên. Trong khi cúi chào quan khách tôi mới nhận ra nước mắt đã nhạt nhòa trên mặt tôi từ bao giờ!

Tôi ngại ngùng nhìn quanh rồi nhìn quý vị cùng bàn và nhận thấy quý anh chị đều nhìn tôi với ánh mắt cảm thông. Dù còn bị phân tâm, tôi cũng hơi ngạc nhiên khi nghe Ban Tổ Chức giới thiệu anh Hiền sẽ trình bày ca khúc Căn Nhà Tiền Chế. Tôi nhíu mày, cố nhớ xem tôi đã nghe bản nhạc nào có tựa đề như vậy hay chưa; nhưng nhớ không được! Khi nghe nhạc dạo một đoạn ngắn tôi mới nghiệm ra anh Hiền đặt lời ca theo cuộc sống, cuộc tình của Lính, dựa vào âm hưởng ca khúc Lâu Đài Tình Ái. Nhìn anh Hiền hát một cách "say sưa": "*...Em ơi! "Căn Nhà Tiền Chế" đó...*" tôi cười và nhận ra niềm vui đã trở về! Tiếp đến là chị Bích Thủy – người em gái thân thương của khóa 6/68 Thủ-Đức

– với giọng ca lảnh lót, ngọt ngào trong ca khúc Hoa Soan Bên Thềm Cũ của Tuấn Khanh.

Sau đó, Ban Tổ Chức giới thiệu phu nhân của Cố Đại Úy Quân Báo Trần Hữu Tánh, khóa 6/68, ngâm bài thơ do chính chị, bút hiệu Trần Thị Quê Hương, sáng tác để tưởng nhớ anh Tánh – "Người Tình Trăm Năm" của Chị. Giọng ngâm của chị Trần Thị Quê Hương trầm buồn tha thiết tựa như nỗi niềm của Chị suốt mười năm khổ lụy thăm nuôi anh Tánh trong các trại tù của Cộng Sản Việt-Nam:

"...Những chiều tắt nắng đìu hiu,
Hoàng hôn gợi nhớ, tình yêu vẫy chào.
Bóng anh khuất lẩn nơi nào?
Nhớ anh tha thiết lệ trào ướt mi!..."

Bài thơ dứt, chị Trần Thị Quê Hương cúi chào trong những tràn pháo tay tưởng chừng không dứt. Anh Tiến và chị Bích Thủy đến khen tặng chị Trần Thị Quế Hương rồi anh Tiến và chị Bích Thủy hỏi thăm tôi. Nhân cơ hội này, tôi hỏi anh Tiến:

- Thưa anh, khóa 6/68 khởi đầu với bao nhiêu sinh viên?

- Dạ, khoảng trên 2 ngàn sinh viên; nhưng khoảng 800 sinh viên được đưa đi huấn luyện tại Trung Tâm Huấn Luyện Biệt Động Quân, Đồng Đế, Nha-Trang.

Tôi hỏi chị Bích Thủy:

- Đến tháng Tư -1975 còn được bao nhiêu sĩ quan, thưa chị?

- Dạ, không thể phối kiểm được.

- Thưa chị, hiện nay khóa 6/68 quy tụ được bao nhiêu cựu sĩ quan?

Chị Bích Thủy nhìn anh Tiến. Anh Tiến đáp:

- Khoảng 200. Nhưng mỗi lần Hội Ngộ chỉ gặp được khoảng trên dưới 150 người thôi.

- Về Thương Phế Binh thì khóa 6/68 đã liên lạc được bao nhiêu vị rồi, thưa anh?

- Dạ, chín người.

Dù những con số do chị Bích Thủy và anh Tiến đưa ra không chính xác, tôi cũng cảm thấy nặng lòng! Tôi nhìn ra cửa, liên tưởng đến hai câu thơ của Vũ Đình Liêm:

Những người muôn năm cũ,
Hồn ở đâu bây giờ!

***

Tối hôm sau là Đêm Hội Ngộ chính thức.

Buổi chiều, anh Lê Đông Hải đề nghị sẽ đón tôi sau khi anh Hải phụ với Ban Tổ Chức trang hoàng hội trường. Tôi xin anh Hải cho tôi đến phụ với các anh chị.

Trong khi cùng các chị bưng từng giò lan tươi đẹp đặt trên mỗi bàn, tôi nghĩ: Mấy mươi năm qua tôi cứ tưởng tôi chỉ có những ràng buộc với đại gia đình Hải-Quân; nhưng từ khi Linh lâm trọng bệnh cho đến bây giờ, tôi mới biết tôi cũng có những ràng buộc vô hình với gia đình khóa 6/68 Thủ Đức.

Trước khi quan khách đến, Ban tổ chức giới thiệu nhà văn Vũ Uyên Giang và nhà văn Huy Văn – khóa 6/68 Thủ Đức – với hai tác phẩm mới và mời mọi người mua ủng hộ. Tiền bán sách sẽ được xung vào quỹ Thương Phế Binh. Mọi người hưởng ứng nồng nhiệt.

Tối hôm qua, vì xúc động, tình cảm bị chi phối, tôi

không theo dõi chương trình. Hôm nay, nhìn quanh hội trường, tôi cảm nhận được sự trang trọng, sự vui tươi và ấm cúng. Tôi hỏi chị Bích Thủy:

– Hôm qua anh Tiến và chị bảo chỉ liên lạc được khoảng trên dưới 150 cựu S.V./S.Q. Thủ-Đức; vậy mà tại sao hôm nay đến gần 50 bàn lận, chị?

– Dạ, thân hữu.

Trong số thân hữu chọn lọc, tôi nhận ra giáo sư và cũng là cựu Tư Lệnh Không Quân Q.L./V.N.C.H. Nguyễn Xuân Vinh, cựu đại tá Tư Lệnh Không Quân và Bà Huỳnh Hữu Hiền, Commodore Jansen Buckner và vài vị khác mà tôi không nhớ tên. Ông Buckner bắt tay mọi người cùng bàn. Khi ông Buckner bắt tay tôi, tôi hỏi:

– Tôi nghe nói Ông là sĩ quan Hải-Quân, phải không, thưa Ông?

– Vâng. Và tôi từng tham chiến tại Việt Nam.

– Xin cảm ơn ông đã góp phần bảo vệ miền Nam Việt-Nam của chúng tôi.

Tôi bước sang chào giáo sư Nguyễn Xuân Vinh, tác giả truyện dài Tìm Nhau Từ Thuở mà tôi đã đọc và viết về tác phẩm này.

Sau khi trở về chỗ ngồi, tôi nói cho ông Buckner nghe về sự ngưỡng phục của tôi đối với tất cả Cựu Chiến Binh Hoa Kỳ tham chiến tại Việt-Nam. Ông Buckner hỏi tôi, trong những chiến binh Hoa Kỳ tham chiến tại Việt-Nam tôi có để ý một nhân vật nào đặc biệt hay không? Tôi đáp ngay: John McCain. Ông Buckner cười, gật gù. Tôi tiếp, tôi để ý đến ông McCain không phải vì ông ấy từng là ứng cử viên Tổng Thống Hoa-Kỳ, mà vì tấm ảnh chụp lúc ông ấy bị thương, tay bị băng bột, treo lên. Trong hình đó, ông McCain giống như một tài tử xi-nê. Một tấm ảnh khác, chụp ông McCain và vài quân nhân Hoa Kỳ vừa rời xe buýt của Việt Cộng để đáp phi cơ về Mỹ, tôi thấy ánh mắt và thái độ của ông ấy, cũng như của những quân nhân Hoa-Kỳ khác cùng được thả với ông ấy, đều mang nét bất khuất, kiêu hùng của những người Mỹ thời chinh phục miền Tây. Một nhân vật nữa là ông Richard Lee Armitage. Ông Armitage là một trong những cố vấn của Hải-Quân V.N.C.H. Khi thực hiện cuốn tài liệu Hải-Quân V.N.C.H. Ra Khơi, 1975, tôi được hân hạnh phỏng vấn ông ấy.

Câu chuyện giữa ông Buckner và tôi vừa đến đây thì Ban Tổ Chức yêu cầu mọi người đứng lên, nghiêm chỉnh cử hành lễ chào Quốc Kỳ. Sau đó giáo sư Vinh, cựu đại tá và bà Huỳnh Hữu Hiền và ông Buckner được mời lên sân khấu để Ban Tổ Chức tặng vòng hoa.

Tiếp theo là phần phát biểu của Ban Tổ Chức và của vài vị quan khách.

Khi được mời lên sân khấu, tôi chỉ vắn tắt cảm ơn những người bạn tốt bụng của khóa 6/68 S.Q./T.B. Thủ Đức và tôi chấm dứt bằng ba câu *"...Các anh đã thể hiện một cách cao đẹp truyền thống Huynh Đệ Chi Binh của Người Lính V.N.C.H.. Một lần nữa, Điệp-Mỹ-Linh xin đa tạ tấm lòng của những người đã một thời cùng Nguyễn Phiêu Linh trải dài những tháng ngày đầu đời binh nghiệp tại Quân Trường Sĩ Quan Trừ Bị Thủ-Đức; để rồi, sau đó, các anh cũng đã cùng Nguyễn Phiêu Linh hy sinh tuổi trẻ để bảo vệ Quê Hương Miền Nam."*

Khi trở về chỗ ngồi, thấy anh Tiến đứng cạnh ông Buckner, tôi hỏi nhỏ anh Tiến sao chưa thấy ông Buckner lên sân khấu? Anh Tiến cho biết rằng ông Buckner bảo ông ấy chưa chuẩn bị, hẹn kỳ Hội Ngộ sau sẽ phát biểu cảm tưởng và sẽ nói về những kỷ niệm khó quên ở Việt-Nam.

Chương trình văn nghệ "cây nhà lá vườn" nhưng rất vui và khởi sắc. Tôi được dịp cười vì anh Hiền lại đơn ca Căn Nhà Tiền Chế. Chị Bích Thủy cũng như nhiều thân hữu đã góp vui bằng những bài ca một thời của Lính.

Tôi nhìn đồng hồ tay, thấy đã khuya mà quanh tôi mọi người vẫn còn dập dìu ra sàn nhảy.

Bất ngờ ông Buckner bước qua phía tôi, nói nhỏ:

- Tôi phải về. Tạm biệt.

Tôi vội vàng đứng lên. Trong khi bắt tay ông Buckner, tôi hỏi:

- Thưa ông, ông nghĩ như thế nào về Đêm Hội Ngộ này?

- Tuyệt vời! Tôi có một buổi tối rất đẹp và niềm vui trọn vẹn.

- Cảm ơn ông. Tôi cũng có cùng cảm nghĩ với ông.

Buổi Hội Ngộ chấm dứt vào lúc một giờ khuya.

Trong khi theo anh Hải và các anh chị trong Ban Tổ Chức ra bãi đậu xe, nhìn lên bầu trời trong xanh, tôi tưởng như thấy Linh đang mỉm cười, vừa vẫy tay vừa lui dần vào khoảng không gian lấp lánh ánh sao.

Tiếng hát xưa chợt ngân lên trầm trầm rồi vút cao trong hồn tôi: *"Sayonara, Sayonara…goodbye!..."(3)*

1.- Chi tiết này đã được con tôi – Xuân Nguyệt – đưa vào bài thuyết trình về Văn Hóa Việt-Nam khi cháu theo học tại Đại Học Rice.

2.- Nghệ Sĩ Với Cây Đàn của Nguyễn Văn Khánh.

3.- Sayonara của Irving Berlin.

Lời Hứa Bên Sông

Trên đoạn đường ngắn từ cư xá trở lại trạm gác, khi đi ngang đoàn chiến đỉnh đang cặp nơi cầu tàu, Bảo Ngọc chợt nghe tiếng hát văng vẳng trong không gian tĩnh lặng của một buổi chiều: *"There is a river called the River of No Return. Sometimes it's peaceful and sometimes wild and free..."* (1) Tình khúc này gợi lại trong hồn Bảo Ngọc hình ảnh thê thảm sau những giờ phút êm đềm, hạnh phúc khi ông bà Trực đưa bé Bảo Ngọc đi xem xi-nê, phim River Of No Return. Lúc đó, Bảo Ngọc chỉ là cô bé con, được ông Trực cầm tay cho khỏi lạc; còn bà Trực mang thai gần ngày sinh.

Chiều nay, bất ngờ nghe lại ca khúc River Of No Return, Bảo Ngọc nhìn quanh, chợt thấy nơi cầu tàu, một quân nhân Hoa Kỳ – Hải Quân đại úy Taylor – đang ôm *Guitar*, ngồi bệt phía trước chiếc Cammand, chân thòng xuống sông, vừa đàn vừa hát. Tiếng hát của Taylor làm cho sự hãi hùng, nỗi đau thương và niềm uất hận bừng lên trong hồn Bảo Ngọc một cách dữ dội và tàn ác không khác chi tiếng nổ của mấy trái lựu đạn do Việt Cộng thảy vào đám người vừa từ rạp xi-nê đi ra!

Mấy tiếng nổ kinh hoàng vừa vang lên, nhiều thân người gục xuống trong tiếng gào khóc, réo gọi nhau! Bảo Ngọc nghe giọng hốt hoảng của ông Trực: *"Má bé Ngọc đâu? Má bé Ngọc đâu?"* Bảo Ngọc sợ quá, níu tay ông Trực và khóc thét lên.

Tối đó Bảo Ngọc khóc thét vì hãi sợ tiếng nổ và cảnh hỗn loạn! Vài ngày sau, Bảo Ngọc khóc âm thầm trong không gian buồn thảm khi Bảo Ngọc thấy bà Trực nằm trong quan tài – bụng của Bà vẫn còn căn lớn!

Dòng ký ức đau thương của Bảo Ngọc đến đây cũng là lúc Taylor hát đến câu: *"...down the river of no return. Wail-a-ree, wail-a-re-e-ee...."*(2) Bao nhiêu năm trước, khi Marilyn Monroe hát trong phim xi-nê, Bảo Ngọc chỉ thích giai điệu êm đềm, thiết tha của dòng nhạc chứ chưa hiểu được lời ca. Sau thời gian học Tú Tài ban Anh văn và học thêm Anh văn tại Hội Việt Mỹ, trình độ Anh văn của Bảo Ngọc rất khá. Bây giờ, nghe Taylor kết thúc bằng câu "...*She'll never return to me!"* (3) tự dưng niềm thương nhớ người Mẹ trẻ và đứa em chưa được chào đời như lời gọi sâu thẳm từ tiềm thức, làm cho bước chân vô hồn của Bảo Ngọc đi dần về hướng bờ sông, đến gần đoàn chiến đỉnh, rồi đứng yên, lắng nghe!

Thấy Bảo Ngọc, Hải Quân trung úy Ngân, cùng khóa với Thuận – con riêng của bà Thắm, Mẹ kế của Bảo Ngọc – nhìn Bảo Ngọc không rời. Nhiều lần, nửa đùa nửa thật, Ngân nói với Thuận: *"Thuận! Cho tao làm em mày, nha!"* Thuận giả vờ như không nghe; vì ý Thuận muốn Bảo Ngọc phải đạt được những ước mơ trên đường học vấn mà Thuận phải bị gián đoạn vì lệnh động viên.

Bảo Ngọc đứng chơ vơ trên cầu tàu. Hai tà áo dài trắng chờn vờn nhè nhẹ theo từng cơn gió chiều, trông như hai cánh bướm.

Nhân dáng của cô gái nơi cầu tàu làm Taylor ngạc nhiên đến không tin vào thị giác của chàng! Tin làm sao được khi mà dáng người thanh cao, đồng phục trắng, khuôn mặt xinh đẹp và đôi mắt ươn ướt của cô gái này lại giống y như nhân dáng và khuôn mặt của cô học trò mà cách nay vài hôm, khi lái chiếc Jeep qua khỏi cầu, tình cờ Taylor thấy cô nàng đang loay hoay gỡ tà áo dài ra khỏi giây "sên" xe đạp – mà gỡ không được! Taylor dừng xe Jeep, hỏi thăm, thấy mắt cô nàng ửng đỏ như khóc. Taylor gỡ giúp vạt áo dài cho cô.

Nếu người đời cho rằng "love at first sight" có thật, thì ngay hôm giúp cô gái gỡ tà áo, Taylor tự biết rằng chàng không thể xua đuổi khuôn mặt diễm kiều và ánh mắt buồn của cô gái này ra khỏi trái tim của chàng! Taylor hỏi tên, nhưng theo cách phát âm của nàng, không thể nào Taylor có thể nhớ hoặc lập lại được. Taylor đưa cuốn sổ tay, nói nàng viết tên và địa chỉ của nàng, với dụng ý sẽ đến thăm nàng. Cô gái lắc đầu, bảo chỉ có thể viết tên Bảo Ngọc, không dám cho địa chỉ; vì gia đình nghiêm lắm.

Bảo Ngọc biết trước rằng, khi về nhà, thế nào bà Thắm cũng dành cho nàng một trận đòn! Vì biết trước, vì lo sợ, cho nên, trước khi lên xe đạp, Bảo Ngọc nhìn Taylor bằng đôi mắt biết ơn nhưng rất buồn. Chính đôi mắt buồn của Bảo Ngọc làm cho lòng Taylor xao xuyến vô cùng! Sau khi Bảo Ngọc đạp xe đi, Taylor quyến luyến nhìn theo, lòng thầm ước sẽ được gặp lại nàng.

Chiều nay, bất ngờ thấy cô gái mặc đồng phục trắng đang đứng bên bờ sông An Giang, nghĩ rằng có thể niềm mơ ước của mình thành hiện thực, Taylor dựng *Guitar* cạnh pháo tháp rồi lên bờ, đi về hướng cô gái.

Lúc này Bảo Ngọc cũng mườn tượng như đã thấy

quân nhân Hoa Kỳ này đâu đó. Khi nhận ra chữ Taylor trên miệng túi áo, Bảo Ngọc mới nhớ.

Sau vài câu xã giao và xác định, Taylor hỏi Bảo Ngọc vào căn cứ Hải Quân có việc gì? Bảo Ngọc đáp:

- Tôi đem thức ăn vào cho anh Thuận của tôi. Nhưng khi trở ra cổng gác, nghe tiếng ai hát bài River Of No Return thì những kỷ niệm đau thương trong tôi chợt sống lại. Tôi muốn biết xem ai đang hát bài đó, vì tôi thích bài đó lắm.

Taylor nhìn vào mắt của Bảo Ngọc một cách tha thiết:

- Rất tiếc vô tình tôi gợi lại kỷ niệm buồn của cô. Xin cảm ơn cô đã thích bài hát mà tôi cũng yêu thích. Nếu có cơ hội, tôi sẽ vui vẻ để đàn và hát cho cô nghe. Tiếc rằng trung úy Thuận và chúng tôi sắp đi công tác; và hai tuần nữa tôi sẽ mãn nhiệm kỳ để trở về Hoa Kỳ.

- Chúc anh may mắn. Có lẽ anh vui lắm vì sắp mãn nhiệm kỳ chiến đấu trên đất nước tôi.

- Cảm ơn lời chúc lành của cô. Nhưng, nếu trước đây khoảng một tuần, cô nói với tôi câu ấy thì hoàn toàn đúng; nhưng từ hôm gỡ hộ tà áo dài của cô ra khỏi giây "sên" xe đạp cho đến nay thì câu nói ấy không đúng nữa.

Bảo Ngọc thật thà quá đỗi:

- Tại sao?

Taylor chưa kịp đáp lời của Bảo Ngọc thì đã nghe tiếng Thuận – có vẻ rất gay gắc khi thấy em gái đang nói chuyện với một người Mỹ – phát ra từ nhóm quân nhân đang đi gần đến cầu tàu:

- Bảo Ngọc! Đi về!

Bảo Ngọc vội nói *"Good bye"* với Taylor. Taylor ngạc nhiên:

- Cô bé ơi! Tại sao cô có vẻ sợ?

- Tôi…tôi không được phép nói chuyện hoặc làm quen với người ngoại quốc.

- Tại sao?

- Dài dòng lắm, tôi không thể giải thích ngay bây giờ.

- Tôi muốn làm quen với cô.

- Sorry! Không được đâu!

Bảo Ngọc xoay bước. Trong giây phút bồng bột, Taylor không nén được tình cảm, nói với theo:

- Cô bé ơi! "Rever Of No Return" but I will return!

Lời hứa hẹn của Taylor khiến Thuận nhận thức được rằng Bảo Ngọc không còn bé nữa! Thuận nghĩ đến Ngân. Thuận tự hứa sẽ tìm cơ hội để "hai đứa nó" quen nhau. Bây giờ phải ngăn Taylor trước, Thuận bước đến gần, khẽ nói:

- Đại úy Taylor! Ông đừng nên tìm cách gặp em tôi.

- Tại sao?

- Phong tục của đất nước tôi là: Những thiếu nữ chưa lập gia đình, thuộc vào những gia đình nề nếp, lễ nghĩa, có giáo dục cao không bao giờ được phép nói chuyện hoặc làm quen với người ngoại quốc.

- Tôi không hiểu gì cả.

- Ông không cần hiểu. Tôi khuyên ông, khi nào buồn, nhớ nhà thì ra *"bars"* mà giải khuây.

- Tôi không muốn giải khuây. Tôi muốn làm theo ước vọng của trái tim tôi.

Chưa kịp đáp lời Taylor, chợt thấy thiếu tá Quang – Chỉ Huy Trưởng giang đoàn – đang bước xuống chiếc Command, Thuận và Taylor cũng bước theo.

***

Đoàn chiến đỉnh giang hành chầm chậm, gần bờ. Nhìn dòng An Giang bát ngát trong bóng hoàng hôn mịt mùng, tự dưng Taylor cảm thấy nhớ những ngày thơ dại bên dòng Mississippi bao la. Bất giác Taylor "ngân nga" nho nhỏ: *"Oh, you Mississippi River with waters so deep and wide. My thoughts of you keep rising just like an evening tide. I'm just like a seagull that's left the sea. Oh, your muddy waters keep on calling me..."* (4) "Ngân nga" đến đây, Taylor chợt nhận ra, ngày đó, chàng yêu thích Hải Quân và ghi tên theo học tại United States Naval Academy chỉ vì sự quyến rũ của dòng Mississippi hùng vỹ!

Trong khi Taylor thương nhớ dòng sông hùng vỹ nơi quê nhà thì màn đêm từ từ bao phủ vạn vật. Đoàn giang đỉnh lầm lủi tiến, không được mở đèn. Nếu không có tiếng của Quang dùng ám từ truyền tin để liên lạc với các đơn vị bạn trên bờ và nếu không có tiếng máy tàu "vi vu", đoàn chiến đỉnh trông như những "quái vật" khổng lồ đang di động. Trên mỗi "quái vật" khổng lồ này, nhiều cặp mắt quan sát hai bên bờ sông để đề phòng bị Việt Cộng phục kích.

Dù trong đêm đen, hình dáng "dềnh dàng" và những cột "ăng-ten" cao lêu nghêu trên chiếc Command cũng cho thấy sự khác biệt của "quái vật" này với những "quái vật" khác trong đoàn. Chính sự khác biệt này khiến Việt Cộng thường tấn công chiếc Command trước.

Trong thinh lặng của đêm trường, bỗng nhiều tiếng nổ kinh hồn vang lên. Chiếc Command và LCM8 trúng đạn! Đoàn giang đỉnh bắn hỏa châu, soi sáng một vùng. Từ máy truyền tin:

- Hai lần tư tưởng Québec! Hai lần tư tưởng Québec! Đây Hotel! Métro "đi phép dài hạn" rồi! (5)

Quang giận dữ, hét lên trong ống liên hợp:

- Tất cả cho 'gà cồ' 'gáy' hướng 3 giờ. Nghe rõ, trả lời?

Âm vang của súng cối từ đoàn chiến đỉnh át hẳn tiếng trả lời. Trong bờ Việt Cộng dùng B40 bắn ra xối xả. Quang ra lệnh đoàn chiến đỉnh ủi thẳng vào bờ bên phải, xử dụng hỏa lực tối đa.

Thấy Việt Cộng "chém vè" và tiếng B40 dịu dần, Quang ra lệnh đoàn giang đỉnh ngưng tác xạ; vì ngại đạn lạc trúng các đơn vị bạn đang đánh bọc hậu.

Gác ống liên hợp xong, Quang mới thấy Taylor đang ôm chân và máu đọng từng vũng trên sàn chiếc Command.

***

Vừa bước đi Taylor vừa lắc đầu như chán nản, như không tin vào nhận xét của chính mình. Tin sao được khi mà, thời còn chiến tranh, những thành phố miền Nam Việt Nam mà chàng đã đi qua – dù thường xuyên bị "Vi-Ci" pháo kích và đặt chất nổ để khủng bố – vẫn vui tươi, đầy sức sống; còn bây giờ, sau khi miền Nam được "giải phóng", tại sao Taylor chỉ thấy nụ cười hớn hở phô hai hàm răng vẩu trên khuôn mặt sạm đen của những người mặc quân phục màu cứt ngựa, đội nón cối, hoặc nón tai bèo, chân mang dép làm từ vỏ xe hơi; còn thường dân thì mặt ai trông cũng hốc hác như thiếu ăn, mất ngủ?

Quanh Taylor là sự tiêu điều toàn diện! Sự tiêu điều thể hiện nơi từng bộ quần áo vá víu trên tấm thân gầy đét của người dân; trên những đôi chân trần; trên những gánh hàng rong chỉ loe ngoe vài trái bắp, trái ổi hoặc mấy bó rau èo uột. Sân trường thưa thớt học trò, vì tất cả phải bươn chải kiếm sống và cũng vì chính sách "kê khai lý lịch" cho nên con của "Ngụy quân Ngụy quyền" không được đi học!

Qua sách báo, Taylor hiểu, tất cả sĩ quan của "bên thua cuộc" đều bị "Vi-Ci" đày đọa trong những nhà tù được ngụy danh là "trại cải tạo"; còn hạ sĩ quan và binh sĩ thì sao? Cả một quân lực như vậy mà nay tất cả biến đi đâu?

Nhiều lần Taylor gạ chuyện, muốn làm quen với người Việt để hỏi về những quân nhân V.N.C.H. và về những loa phóng thanh được gắn khắp nơi, phát ra tiếng nói rổn rảng, quyết liệt như họ đang cãi nhau, nhưng dường như không ai hiểu tiếng Anh; chỉ có người quản lý khách sạn là có thể vừa ra dấu vừa đàm thoại một cách rất giới hạn! Ngày trước, những người lính và thủy thủ, cũng có thể vừa nói vừa ra dấu để hiểu nhau và ngay cả mấy bác xích lô cũng rất thân thiện, lúc nào cũng *"Hello! How are you?"* Bây giờ mọi gương mặt đều lạnh lùng với đôi mắt không bao giờ dám nhìn thẳng. Cái gì làm cho mọi người hãi sợ đến như vậy?

Như để giải đáp thắc mắc của Taylor, tiếng thét của một phụ nữ vang lên. Taylor quay nhìn về hướng phát ra tiếng thét và thấy một tên công an đang dần co với một bà bán hàng rong; vì bà này không có giấy phép "đăng ký kinh doanh"! Cả hai đều lớn tiếng với nhau.

Đây là lần đầu tiên – sau khi trở lại Việt Nam – Taylor thấy một phụ nữ dám lớn tiếng với một nhân vật mặc quân phục "Vi-Ci". Bất ngờ tên "Vi-Ci" "dộng" vào mặt phụ nữ bán hàng. Cú "dộng" này khiến bà bán hàng té xuống, kiếng đeo mắt rớt, mẻ một góc. Trong khi Taylor giận dữ, vừa quát *"Hey! Stop it!"* vừa cố đi nhanh đến bên bà bán hàng – nhưng vì chân bị thương trong thời kỳ chiến tranh, đi nhanh không được – thì tên "Vi-Ci" đạp vào người bà bán hàng; thuận chân, hắn đạp luôn vào thúng xôi của bà khiến xôi đổ vương vải trên nền đất. Và, trước ánh mắt kinh ngạc của Taylor, đám trẻ con từ đâu ùa đến, chụp nhanh mớ xôi, vừa chạy vào hẻm vừa cười vừa ăn!

Thấy một người "nước ngoài" đi đến, tên "Vi-Ci" bỏ đi thật nhanh.

Taylor cầm tờ $20 Mỹ kim trong tay, khom người đỡ bà bán hàng dậy, giọng dịu dàng:

- Bà bị đau ở đâu? Bà cần đi bác sĩ hay bệnh viện không?

Khi hỏi hai câu đó Taylor cảm thấy hơi xốn xang trong lòng, vì nghĩ rằng làm thế nào bà bán hàng hiểu được; nhưng chàng không thể nói tiếng Việt thì biết làm sao! Thật bất ngờ, Taylor thấy bà bán hàng vừa lượm cặp kính bể đeo vào, vừa khóc tức tưởi vừa đáp:

- Cảm ơn. Nhưng cơm chúng tôi còn không có mà ăn thì làm thế nào tôi có thể đi bác sĩ hoặc bệnh viện được!

- Một người nói tiếng Anh khá như bà mà tại sao phải đi bán hàng rong?

- Từ 30 tháng Tư 1975 đến nay, mọi tầng lớp xã hội miền Nam, mọi sự việc trên đất nước tôi đều đảo ngược hết rồi ông ạ!

- Thế bà là người miền Nam, đúng không?

Bà bán hàng buồn bã gật đầu.

Thấy kính cận của bà bán hàng bị bể, Taylor lấy thêm hai tờ $20 Mỹ kim nữa, đưa cho bà:

- Đây, $60 Mỹ kim, tôi mua tất cả thức ăn trong gánh của bà.

Biết giá trị của sáu mươi Mỹ kim vào thời bao cấp – thời mà hằng ngày, mỗi gia đình "Ngụy" chỉ biết ăn bo bo thay cơm – nhưng bà bán hàng cũng vẫn lắc đầu:

- Cảm ơn. Nhưng xôi đổ hết rồi, ông mua mớ lá chuối và gióng gánh này để làm gì?

- Không. Không.Tôi không lấy bất cứ vật gì. Bà giữ tất cả. Tôi muốn trả tiền cho mớ "cơm" bị đổ.

- Xôi bị đổ không phải lỗi của ông, tại sao ông phải đền tiền? Cảm ơn ông, nhưng tôi không thể nhận tiền của ông.

Không thể nào Taylor hiểu được rằng bà bán hàng được nuôi dạy trong một gia đình theo nền giáo dục xưa: *"Giấy rách phải giữ lấy lề"* và *"Đói cho sạch rách cho thơm"*. Vì không hiểu cho nên Taylor bị mặc cảm. Taylor thầm chửi lũ phản chiến Mỹ; vì lũ phản chiến đã áp lực Hoa Kỳ rút quân khỏi miền Nam Việt Nam. Taylor tự hỏi, có phải hệ lụy về việc Hoa Kỳ rút quân khỏi miền Nam – để "Vi-Ci" đem tất cả oán thù, đau thương và thảm khốc trút lên đầu người dân miền Nam – đã làm cho chính người miền Nam cũng không còn thiện cảm với người Mỹ nữa hay không? Không thể nào Taylor tự giải đáp được. Taylor cảm thấy buồn buồn, đi dần về hướng bờ sông.

Taylor tựa vào thân cây, nhìn dòng An Giang lặng lờ. Ngày xưa, nhìn dòng An Giang, Taylor nhớ dòng Mississippi hùng vỹ. Giờ đây, nhìn dòng An Giang, Taylor lại nghĩ đến lời hứa của chàng với cô học trò áo trắng. Buồn lòng, Taylor cất tiếng hát nho nhỏ như than thở với dòng An Giang về niềm riêng của chàng: *"There is a river called the River of No Return.... Swept on forever to be lost in the stormy sea..."* (6)

Tiếng hát của Taylor văng vẳng trong gió chiều khiến bà bán hàng ngẩn ngơ. Nhìn quanh, không thấy ai có radio – dù có radio cũng không ai dám nghe đài của "bọn đế quốc xâm lược" – bà bán hàng băng nhanh qua đường, đến phía sau thân cây và nhận ra người ngoại quốc này đang hát.

Theo tiếng hát khàn khàn của người đàn ông Mỹ đã

mất hết nét thanh xuân vì bộ râu "quai nón" cùng với thân người bệ xệ, bà bán hàng chợt nhớ lại hình dáng thon thả, đôi mắt xanh biếc cùng lời hứa của đại úy Taylor nơi cầu tàu thuộc trại Vân Đồn, năm xưa.

Bà bán hàng nghĩ đến Taylor không phải bà thương yêu Taylor; mà chỉ vì bà vừa nhớ lại ý tưởng của bà trong hai lần tiếp xúc với Taylor.

Ý tưởng của bà thuở ấy là: Ước mơ được du học ngoại quốc để thoát khỏi sự đọa đày triền miên của người dì ghẻ ác độc; ước mơ có thể quên được hình ảnh bi thảm của Mẹ và đứa em chưa chào đời; và ước mơ quân đội Hoa Kỳ sẽ giúp Quân Lực V.N.C.H. "đuổi" được Việt Cộng – những người đã trực tiếp đưa bà vào cuộc sống đầy đau thương và tủi hận – về Bắc.

Khi Taylor vừa dứt lời ca, bà bán hàng bước ra phía trước, hỏi:

- Thưa ông, xin lỗi, ông làm ơn cho tôi hỏi một câu.

Gặp người nói tiếng Anh khá, Taylor vui, muốn kéo dài cuộc đàm thoại, "Okay" ngay.

- Đây là lần đầu tiên ông đến Việt Nam hay là ông từng tham chiến tại Việt Nam?

Nhìn dáng người gầy còm, lưng còng vì thiếu dinh dưỡng, khuôn mặt đen đúa, đầy nếp nhăn, răng sún và đôi mắt tí hí ẩn sau đôi kính cận dày cộm bị mẻ, Taylor đáp:

- Tôi đã phục vụ đơn vị Hải Quân tại đây.

- Ông trở lại để tìm kỷ niệm của thời đáng yêu nhất của đời người, phải không?

- Không. Ngay sau khi Hoa Kỳ và Việt Nam bang giao,

tôi tìm mọi cách để trở lại đây chỉ với mục đích tìm một người; nhưng suốt gần hai tuần qua tôi tìm không ra.

Nghi đây là cựu Hải Quân đại úy Taylor, nhưng bà bán hàng muốn chính Taylor xác nhận:

– Nếu ông không ngại, ông có thể cho tôi biết tên người mà ông muốn tìm hay không?

Taylor vừa đáp vừa lấy ví, mở ra, lật cuốn sổ tay cũ, giấy đã úa vàng:

– Tôi không thể nói được tên của cô ấy; nhưng đây, chữ viết của cô ấy, nhờ bà đọc giùm.

Vừa thấy nét chữ của chính mình, Bảo Ngọc xúc động, không thốt nên lời! Bảo Ngọc cúi mặt. Bất ngờ hình ảnh của Thuận cùng tiếng khóc than của vợ con Thuận khi hay tin Thuận tử thương trong khi chiến hạm chuyển quân và dân di tản từ Vùng I và Vùng II Duyên Hải đi Phú Quốc chợt hiện về!

Tin Thuận tử thương khiến bà Thắm trở nên lầm lì như một người câm! Nhưng, sau khi bị Việt Cộng tịch thu nhà, đuổi đi kinh tế mới và tiếp đến là tin Thảo – con của bà và ông Trực – tử trận khi thi hành nghĩa vụ quân sự bên Cao Miên thì bà Thắm…quỵ xuống và không bao giờ bà có thể ngồi dậy được nữa!

Bảo Ngọc quyết định không cần suy nghĩ:

– Rất tiếc, tôi cố nhớ xem bạn hữu của tôi ai có tên đó hay không mà nhớ không được! Chào ông.

Bảo Ngọc trả lại cuốn sổ tay.

Lúc nãy, trong khi Bảo Ngọc bị tình cảm chi phối, Taylor kín đáo lấy một số tiền kha khá, cuộn nhỏ. Khi nhận lại cuốn sổ tay, Taylor nắm bàn tay xương xẩu của Bảo Ngọc, để cuộn tiền vào, giọng ân cần:

– Bà cố gắng như vậy là tốt rồi. Tôi cảm ơn bà. Tôi muốn biếu bà món quà để bà mua đôi kính khác; đeo kính bể rất nguy hiểm. Và nếu bà cần đi bác sĩ hoặc đến bệnh viện vì bị chấn thương do tên "Vi-Ci" gây ra cho bà lúc nãy thì bà có thể dùng.

Cúi mặt tránh ánh nhìn của Taylor, Bảo Ngọc chợt nhớ những buổi chiều, nếu xôi bán không hết, nàng đút từng miếng xôi rất nhỏ cho bà Thắm ăn. Bà Thắm thường thều thào:

– Ngọc… ơi! Dì… biết Dì đã quá tàn ác đối với con cho nên Trời phạt Dì! Con… tha thứ cho Dì. Con cố làm phước, lấy đức cho hai thằng con của con. Đừng bỏ Dì… chết bờ chết bụi, nhen, con!

Bảo Ngọc xúc động, "dạ" nho nhỏ. Bà Thắm tha thiết hơn:

– Con hứa với Dì, nha, Ngọc!

Từ tâm thức nhân hậu của nàng, Bảo Ngọc vừa nghĩ đến người Cha đang bị Cộng Sản Việt Nam cầm tù vừa đáp:

– Dạ, con xin hứa với Dì. Con cũng xin cảm ơn Dì đã thay Má con mà chăm sóc cho Ba con suốt bao nhiêu năm qua.

Từ đôi mắt mờ của bà Thắm, hai hàng nước mắt lăn dài…

Lời hứa với bà Thắm, hình ảnh hai đứa con của nàng đang phụ bán cơm dĩa với vợ con của Thuận tại bến xe đò và nhân dáng tan thương, đói rách của ông Trực và Ngân – chồng của nàng – trong nhà tù A30 đem đến sự dần co rất mãnh liệt trong lòng Bảo Ngọc. Cuối cùng, nàng nói nhỏ:

– Cảm ơn ông rất nhiều. Gia đình tôi – cũng như không

biết bao nhiêu gia đình người miền Nam bị "Vi-Ci" đuổi đi kính tế mới – rất cần sự giúp đỡ của mọi người. Chào ông.

Taylor chưa kịp nói gì, Bảo Ngọc đã vội vàng băng qua đường, đến bên gánh xôi, quảy gánh, bước nhanh như chạy trốn.

Trong khi Bảo Ngọc như muốn liệm chết một dĩ vãng tươi đẹp lẫn đau thương đang bừng sống trong hồn nàng thì Taylor nhìn theo người đàn bà khốn khổ, đi chân trần, lòng buồn buồn, vừa tưởng nhớ cô học trò áo trắng năm xưa vừa "ngân nga" nho nhỏ: "*... Gone gone forever down the river of no return. Wail-a-ree, wail-a-re-e-ee, she'll never return to me!*" (7)

1-2-3-6-7-.River Of No Return của Lionel Newman, Ken Darby.
4.- Mississippi River Blues của McWilliams, Elsie / Rodgers, Jimmie.
5.-Ám từ truyền tin: Québec được hiểu là thiếu tá Quang. "Métro đi phép dài hạn" là ông Mẫn tử trận rồi.

Quả Phụ Hoàng Sa

Kính tặng tất cả Quả Phụ Hoàng Sa – ngày 19-01-1974

Vừa đẩy cửa bước vào, Bằng hơi khựng lại, vì tiếng đàn và giọng hát buồn buồn của Lãm Thúy – vợ của Bằng: *"... Biết đi sầu em mong. Nhưng ngàn dân đang ngóng..."(1)* Nhận ra tình khúc "ruột" mà chàng và Lãm Thúy thường tay trong tay vừa đi chầm chậm dọc bờ sông – từ Câu Lạc Bộ nổi đến cầu Tư Lệnh – vừa thì thầm hát mỗi lần Lãm Thúy tiễn chàng đi công tác, Bằng thở dài. Bằng tự trách, đã biết Lãm Thúy hay lo mà chàng lại quên, cho Lãm Thúy biết tin hơi sớm về chuyến công tác sắp đến! Ngần ngừ một chốc, Bằng đóng cửa lại, ra dấu cho bà giúp việc giữ im lặng rồi chàng đến sau lưng Lãm Thúy.

Tay vẫn lướt nhẹ trên phím đàn, Lãm Thúy vừa hát vừa nhìn ra khoảng không gian im vắng của một buổi chiều, bên kia cửa sổ. Bất chợt tiếng hát của Lãm Thúy vút cao hẳn một bát trình – octave – như nỗi đau thương đang thét gào từ trái tim đa cảm của nàng: *"... Cố quên sầu thương đi. Anh nguyền đi theo gió, chớ buồn khóc chi càng khổ người đi..."(2)*

Là một sĩ quan từng chỉ huy nhiều đơn vị tác chiến Hải Quân, Bằng cứ tưởng rằng tâm hồn chàng đã chai lỳ về những sinh ly/tử biệt; nhưng bây giờ, trong khung cảnh này và lời ca này, Bằng mới nhận ra chàng cũng chỉ là một người bình thường với những cảm nhận bình thường và những xúc động bình thường. Bằng đứng yên, nén vào lòng những rung động ngút ngàn. Khi tiếng đàn và giọng hát của Lãm Thúy chậm dần để chấm dứt: *"... Cố nén sầu lòng bao năm!"(3)* Bằng nhẹ nhàng khom xuống, ôm vai nàng rồi tựa cằm lên vai phải của nàng. Lãm Thúy đưa tay phải vin vào cổ của Bằng rồi nghiêng đầu vào má chàng. Bằng hôn nhẹ vào tóc nàng, thì thầm:

- Sao biết là anh? Nhỡ thằng nào khác thì sao?

- Làm vợ anh bao nhiêu năm mà không nhận ra "mùi của anh" thì tệ quá!

- Cảm ơn em. Em thay đồ, mình đi đón các con, xong, đưa các con đi ăn, nha!

Thường thường, cả gia đình đi ăn vào cuối tuần; nhưng mỗi khi nhận được lệnh công tác, Bằng thích đưa vợ con đi ăn vào buổi chiều trước hôm chàng thi hành lệnh. Vì biết tính Bằng, Lãm Thúy chỉ *"Dạ"*. Trong khi thay y phục, thấy Bằng vội vàng xếp quân trang vào va-ly, Lãm Thúy ngạc nhiên:

- Để tý đi ăn về em sắp xếp; mai mới đi mà anh làm chi gấp vậy?

- Sẵn mượn được xe Jeep, anh đem tất cả quân trang, quân dụng xuống chiến hạm rồi trả xe luôn tối nay; mai không có xe, xích lô chở không hết.

- Nếu vậy thì chốc nữa, khi anh lái xe đến cổng Hải Quân Công Xưởng, em và các con phải xuống xe, chờ anh ngoài cổng, phải không?

- Cái cô này! Có bao giờ anh bắt em chờ ngoài cổng đâu mà em lo dữ vậy!

Lãm Thúy im lặng, nét mặt dàu dàu như chưa hiểu ý chàng. Bằng tiếp:

- Em bớt cái tính hay lo đi! Anh đã đưa chiến hạm ra cặp cầu Tư Lệnh rồi.

- Chiến hạm đại kỳ xong rồi hay sao, anh?

- Em cứ lo lắng quá như vậy thì từ nay anh không cho em biết bất cứ điều gì nữa.

Lãm Thúy cố làm vui lòng Bằng:

- Em hết lo rồi.

- Thôi, đừng giả vờ, "cô nương"! "Tui" biết cô "wá" mà!

- Thiệt mà!

- Thôi, đi kẻo trễ, hai đứa nhỏ chờ.

Xe chạy trên đường Mạc Đỉnh Chi, ngang Hội Việt Mỹ, Bằng hơi mỉm cười, nhớ lại thời chàng học thêm Anh văn tại đây. Lý do Bằng phải học thêm Anh văn là vì lúc học trung học cho đến xong tú tài II, ban Toán, Bằng chọn Pháp văn là sinh ngữ chính. Khi nghe các bạn cùng khóa Hải Quân – ngày trước, bậc trung học và tú tài, chọn Anh văn là sinh ngữ chính – thực tập trên Đệ Thất Hạm Đội cho biết rằng số vốn tiếng Anh của các bạn này mà khi nghe Mỹ thuyết trình về một vấn đề chuyên môn nào đó thì chỉ biết… "khóc thét"! Thế là Bằng ngại, phải học thêm Anh văn.

Những buổi tối đến đây học Anh văn sẽ không có gì đáng nhớ, nếu không có sự xuất hiện của cô sinh viên đại học Văn Khoa tên Lãm Thúy.

Lãm Thúy đẹp thùy mị, đoan trang nhưng nét mặt buồn buồn, trông rất nghiêm. Đa số học viên tại Hội Việt Mỹ là người lớn tuổi, đã ra đời, có chức vị trong đời; vì vậy, sự xuất hiện của cô sinh viên làm cho mọi người lưu tâm.

Người lưu tâm đến Lãm Thúy nhiều nhất là Bill Smith, vị giáo sư trẻ nhất trong số nam nữ giáo sư của Hội Việt Mỹ. Là đàn ông, khi bắt gặp đôi mắt xanh màu ngọc bích của Bill nhìn Lãm Thúy, Bằng có thể hiểu được những rung động trong lòng Bill đang khuấy động dữ dội đến cỡ nào! Riêng Bằng, nét e ấp, thẹn thùng cùng sóng mũi cao và hai "lúm đồng tiền" trên đôi má bầu bỉnh của Lãm Thúy không thể không lưu lại chút tình cảm lâng lâng, nhè nhẹ trong lòng chàng.

Liếc mắt, thấy Bằng cứ tủm tỉm cười, Lãm Thúy hỏi:

- Có gì thú vị lắm hay sao mà anh cứ cười mỉm một mình hoài vậy?

- Xe chạy ngang Hội Việt Mỹ làm anh nhớ hồi đó hai đứa mình quen nhau.

Lãm Thúy âu yếm để tay lên vai Bằng. Cả hai cùng im lặng trong chút hạnh phúc nhỏ nhoi.

Đến trường Saint Paul, trước khi rời xe, Bằng dặn:

- Em ngồi đó, để anh vào đón con.

Nhìn đồng hồ tay, thấy chưa đến giờ tan trường, Lãm Thúy bảo:

- Chưa đến giờ tan trường mà, anh.

- Biết rồi. Anh muốn làm cho hai đứa nhỏ ngạc nhiên chơi.

Nhìn theo dáng người cao, đôi vai ngang bướng bỉnh

của Bằng, Lãm Thúy chợt nhớ một kỷ niệm "quê một cục" của nàng.

Kỷ niệm "quê một cục" xảy ra vào hôm vô tình Bằng ngồi cạnh Lãm Thúy. Lãm Thúy chẳng hề để ý đến Bằng; vì nàng có rất nhiều thanh niên trí thức heo đuổi. Tối đó Lãm Thúy ngạc nhiên khi thấy Bill, tay xách cặp, tay xách Guitar – được bọc trong bao bằng vải – bước vào lớp. Chào mọi người xong, Billcho biết hôm nay là Lễ Độc Lập của Hoa Kỳ, chàng muốn tất cả sẽ dành 30 phút cuối giờ học để ca hát cho vui. Mọi người vỗ tay.

Sau khi tất cả học viên nộp bài luận văn "Hãy tả một ngày lễ nào của Việt Nam mà bạn yêu thích nhất", Bill nhìn đồng hồ tay, thấy còn 30 phút nữa hết giờ. Bill mở bọc Guitar và hỏi ai tình nguyện giúp vui trước, vui lòng đưa tay lên? Mọi người đều cười, nhìn nhau. Thấy không ai đưa tay, Bill tình nguyện hát trước. Muốn nhân cơ hội này, gián tiếp tỏ tình với Lãm Thúy, Bill nói: *"Tôi sẽ hát tình khúc Put Your Head On My Shoulder của Paul Anka để tặng một người đẹp trong lớp này mà tôi không thể phát âm tên của nàng!"* Cả lớp cười rộ lên. Bằng nhìn Lãm Thúy rất nhanh và thấy nàng vẫn điềm nhiên, chẳng có vẻ nghi ngờ gì về câu nói "bóng gió" của Bill. Bill nhờ một học viên thường đi chơi với Bill đệm Guitar. Sau khi cho người đệm Guitar biết "tông" và nhịp điệu của bản nhạc, Bill vừa đi chầm chậm quanh lớp vừa hát một cách thoải mái, tự nhiên: *"Put your head on my shoulder. Hold me in your arms, baby! Squeeze me oh so tight. Show me that you love me too..."* Giọng ca ấm áp, nồng nàn của Bill chinh phục cả lớp.

Bài ca đến đoạn kết vừa khi Bill đến bên Bằng. Mọi người vỗ tay. Bằng vội lên tiếng trước khi Bill quay đi:

- Hi, xin lỗi Bill! Anh có bản nhạc đó không, làm ơn cho tôi mượn?

Bill ngạc nhiên:

- Anh chơi đàn à? Thú vị quá! Nhạc cụ gì?

- Guitar.

- Có. Mai tôi sẽ copy tặng anh.

- Cảm ơn Bill.

- Không có chi.

Bill xoay người bước đi. Lãm Thúy hơi ngần ngừ, muốn hỏi Bằng về ca khúc Bill vừa hát nhưng cứ ngại ngùng. Lớn lên và được giáo dục rằng "nam nữ thọ thọ bất thân" cho nên khi nghe Bill giới thiệu và hát, Lãm Thúy cứ tưởng là Put Your *Hand* On My Shoulder – và nàng nghĩ – như vậy cũng đủ lãng mạn rồi! Vì vậy, sau khi nghe Bill hứa với Bằng, Lãm Thúy viết lên tờ giấy rồi đưa sang Bằng: *"Thưa anh, khi nào ông Bill tặng anh bản Put Your Hand On My Shoulder, anh vui lòng cho tôi mượn."* Bằng viết trả lời: *"Thưa cô, tựa của bài hát là Put Your Head – chứ không phải Hand – On My Shoulder. Vâng tôi sẽ cho cô mượn"*. Đọc "note" của Bằng, Lãm Thúy đỏ mặt, mắc cỡ quá, chỉ muốn trốn ra khỏi lớp ngay tức thì! Nhưng nghĩ lại, Lãm Thúy nhận thấy Bằng là một thanh niên trực tính; điều đó rất hợp với bản tính thẳng thắn của nàng.

Hôm sau, thấy Bằng nơi bãi đậu xe, Bill bảo Bằng chờ rồi Bill lấy từ cặp da copy của bản nhạc trao cho Bằng. Sau khi cảm ơn Bill, Bằng vội đem lên văn phòng, làm một copy khác.Vào lớp, Bằng đến bên Lãm Thúy:

- Đây, tôi biếu cô một copy. À, mà cô hát hay là cô chơi đàn?

Lãm Thúy vẫn còn thẹn về chữ "Head" và "Hand"; vì ngại Bằng nghĩ rằng nàng lãng tai hay là kém Anh văn, cho nên ấp úng:

- Dạ… dạ hát và đàn.

Bằng nhìn Lãm Thúy, lòng gợn lên chút xao xuyến nhè nhẹ, nói rất nhỏ:

- Không biết làm thế nào tôi có thể nghe được giọng hát và tiếng đàn của cô?

Lãm Thúy e thẹn cúi mặt, lý nhí cảm ơn vừa khi Bill bước vào lớp. Thấy cạnh Lãm Thúy không còn ghế trống, Bằng quay đi. Nhìn theo Bằng, Lãm Thúy cảm thấy có nhiều thiện cảm với Bằng.

Đang miên mang trong dòng kỷ niệm, Lãm Thúy giật mình vì tiếng reo vui của Hoàng Anh và Oanh Vũ:

- Măng! Măng! Ba nói cho tụi con đi ăn ở nhà hàng Bồng Lai.

***

Dựng chiếc Honda Dame gần cột cờ trước Bộ Tư Lệnh Hải Quân, Bằng trao chìa khóa Honda cho Lãm Thúy rồi nắm tay nàng, bóp nhẹ:

- Em về đi.

- Em chờ chiến hạm rời bến đã.

- Lần nào anh đi công tác em cũng đòi đi đưa, rồi em buồn. Em cứ tự làm khổ em! Cười đi!

Nhìn nụ cười méo xẹo của Lãm Thúy, Bằng vừa đi lui về hướng hạm kiều vừa gật đầu nhè nhẹ vừa bắt chước giọng trầm trầm của Bill vào bữa tiệc cưới của chàng và nàng năm xưa: *"Just give me a steel guitar, a glass of wine… And one more thing before I go. Here's a secret, I still love you so…"* (4) Biết Bằng muốn làm cho giây phút quyến luyến bớt ngậm ngùi, nhưng sao Lãm Thúy cũng vẫn không thể cười được! Nhìn theo dáng điệu đáng yêu của Bằng, Lãm Thúy vừa quẹt nước mắt vừa tức cười, thụng mặt, thầm nghĩ, "bộ dạng" "dễ ghét" như vậy hèn gì "mấy con khỉ" cứ "đeo cứng ngắt"!

Mỗi khi nghĩ đến "mấy con khỉ" là mỗi lần Lãm Thúy nhớ những giọt nước mắt hờn ghen của nàng. Lần nào cũng vậy, thấy Lãm Thúy buồn tủi, hờn ghen, Bằng cũng – nửa đùa nửa thật – bảo:

- Tại hồi đó nhiều thằng khổ vì em thì bây giờ em phải khổ vì một thằng! Ha…ha…

***

Không hiểu tại sao sau khi bác xích-lô đưa Hoàng Anh và Oanh Vũ đi học, Lãm Thúy lại cảm thấy bồn chồn, rốt ruột, đứng ngồi không yên! Nghĩ rằng, có thể nàng quá lo lắng về chuyến công tác dài hạn của Bằng tại vùng I Duyên Hải, Lãm Thúy ôm đàn, dạo vài đoản khúc vui cho khuây khỏa. Khi Lãm Thúy đàn đến bản Qui Sait, Qui Sait, Qui Sait của Luis Mariano thì có tiếng gõ cửa.

Nhớ là bà giúp việc vừa đi chợ, Lãm Thúy quay ra cửa và thấy người đưa thư. Thấy tên người gửi là Bằng, Lãm Thúy rất vui, cảm ơn người đưa thư rồi mở thư ra ngay:

Lãm Thúy,

Chiến hạm đến vùng hành quân lâu rồi nhưng anh bận quá, không viết thư cho em được. Hôm nay tàu về bến, vừa họp xong, thấy bưu tín viên đi ngang, anh viết vội vài dòng để em yên tâm, đừng lo lắng gì cho anh. Em hãy lo cho hai con và lo cho em...

Đọc đến đây, biết Bằng vẫn bình an, Lãm Thúy cảm thấy thư thái và hớn hở trong lòng. Nhưng chỉ vài tích tắc sau, sự âu lo, sốt ruột và bồn chồn lại trở về! Ngại có điều gì xảy ra cho con, Lãm Thúy thay đồ, đi Honda Dame đến trường Saint Paul.

Bước vào văn phòng, Lãm Thúy rất ngạc nhiên trước cảnh các Sơ đều quay quần bên radio chứ không ai ngồi tại bàn làm việc như mọi khi. Bất ngờ Sơ Claudine quay ra cửa, thấy Lãm Thúy, vội hỏi:

- Dạ, bà cần chi ạ?

Các Sơ tắt radio, trở về bàn làm việc trong khi Lãm Thúy đáp lời Sơ Claudine:

- Thưa, tôi muốn biết sáng nay con tôi đến lớp có gì lạ hay không ạ?

- Thưa bà, cháu tên gì, lớp mấy ạ?

- Thưa, Hoàng Anh và Oanh Vũ; lớp 3 và lớp 4 ạ!

Một trong các Sơ ngồi sau bàn làm việc, dò danh sách rồi đáp:

- Thưa bà, hai cháu vẫn bình thường; đang ở trong lớp.

Lãm Thúy nhíu mày, tự hỏi, Bằng bình an, Hoàng Anh và Oanh Vũ bình thường thì niềm lo âu, nỗi bồn chồn trong lòng nàng là do đâu? Vừa khi đó Sơ Claudine chợt nhớ, cách nay không lâu, một "ông Hải Quân" vào gặp Sơ, xin đón Hoàng Anh và Oanh Vũ về sớm. Sự việc "ông Hải Quân" đón con hôm đó và nét mặt âu lo của Lãm Thúy hôm nay khiến Sơ Claudine phân vân:

- Thưa, hôm trước ông nhà đến đón hai cháu về sớm cho nên tôi biết ông nhà là Hải Quân, đúng không, thưa bà?

- Thưa vâng, ông nhà tôi là Hải Quân.

Sơ Claudine làm dấu Thánh Giá rồi nhìn tượng Chúa trên tường, khấn:

- Xin Chúa ban phép lành cho mấy "ông Hải Quân". Xin Chúa giúp bà và hai cháu nhiều nghị lực nếu ông nhà có mặt ở…

Lãm Thúy hoang mang, không để Sơ Claudine nói dứt câu:

- Sơ nói gì? Tôi không hiểu.

Nghĩ rằng tin dữ đã làm cho tinh thần của Lãm Thúy bấn loạn, Sơ Claudine hỏi:

- Có lẽ bà đã biết tin rồi, phải không ạ?

- Tin gì? Sơ Claudine! Sơ có biết là những câu nói của Sơ làm cho khối óc của tôi muốn vỡ tung ra hay không?

Sơ Claudine vừa lý nhí *" Xin lỗi bà "* vừa đưa Lãm Thúy vào văn phòng của Sơ, đóng cửa lại. Lãm Thúy không tự hiểu được tại sao nàng lại hoàn hoàn bị phân tâm đến độ phải vâng lời Sơ Claudine như một cô học trò! Sơ Claudine đưa nàng đến chiếc ghế trước bàn làm việc của Sơ rồi bảo:

- Mời bà ngồi.

Lãm Thúy ngồi. Sơ Claudine ngồi sau bàn làm việc, dịu dàng nhìn Lãm Thúy:

- Thưa bà, từ sáng đến giờ, đài phát thanh cứ lập đi lập lại một bản tin làm rúng động mọi người. Bà đã nghe tin đó chưa ạ?

- Thưa Sơ, tôi chỉ nghe tin tức hoặc xem TV vào buổi chiều và tối; ban ngày tôi cần sự yên tịnh, vì tôi có việc khác phải làm.

- Vâng, nếu thế thì tôi mời bà nghe, nhé!

Sơ Claudine xoay ra bàn nhỏ sau lưng, vừa mở radio vừa tiếp:

- Nếu đài phát thanh chưa phát ngay bản tin đó thì họ sẽ phát lại chỉ sau một vài phút; vì họ cần cập nhật thêm nhiều dữ kiện của chiến trận. Bà chịu khó chờ.

Trong khi Lãm Thúy tự hỏi tại sao Sơ Claudine lại dùng danh từ "chiến trận" thì – từ radio – tổng hợp âm thanh nam và nữ vang lên: *"...Việt Nam! Việt Nam! Việt Nam quê hương đất nước sáng ngời. Việt Nam ! Việt Nam !..."(5)*Âm thanh hợp ca nhỏ dần nhỏ dần rồi tiếng xướng ngôn viên:*"Xin cảm ơn quý thính giả đang theo dõi chương trình truyền thanh của chúng tôi. Sau đây là phần tường trình với nhiều chi tiết vừa được cập nhật về cuộc hải chiến giữa Hải Quân Việt Nam Cộng Hòa và Hải Quân Trung Cộng tại Hoàng Sa, do phóng viên Nguyễn Trần tường thuật từ Đà Nẵng."*

Giọng nam vang lên: *"Nguyễn Trần xin kính chào quý thính giả. Chúng tôi vừa được bổ túc nhiều chi tiết quan trọng về trận hải chiến rất hào hùng và đẫm máu giữa Hải Quân Việt Nam Cộng Hòa với Hải Quân của quân xâm lược Trung Cộng tại quần đảo Hoàng Sa của Việt Nam.*

Kính thưa quý vị, lực lượng Hải Quân Trung Cộng gồm có 4 chiến hạm: K271, K274, T389, T396 và một số tàu đánh cá được trang bị vũ khí nặng.

Lực lượng Hải Quân Việt Nam Cộng Hòa hiện có mặt tại Hoàng Sa là: HQ 4, HQ 5, HQ 16, HQ 10, một số Biệt Hải, Hải Kích và Địa Phương Quân.

Bốn chiến hạm của Hải Quân Việt Nam Cộng Hòa được phân nhiệm như sau: Mục tiêu của HQ 5 là K274; của HQ 4 là K271; của HQ 16 là T389; và của HQ 10 là T396.

Sau khi nhận được chỉ thị của Tư Lệnh Hải Quân Vùng I Duyên Hải – Phó Đề Đốc Hồ Văn Kỳ Thoại – Chỉ Huy

Trưởng Hải Đội Đặc Nhiệm Hoàng Sa của Hải Quân Việt Nam Cộng Hòa, Hải Quân Đại Tá Hà Văn Ngạc, ra lệnh khai hỏa!

Ngay tức khắc, HQ 16 và HQ 10 bắn thẳng vào T389 và T396 của Trung Cộng. Trung Cộng phản pháo dữ dội. Hai bên đều tận dụng tất cả hỏa lực.

Kết quả, T389 của Trung Cộng trúng hải pháo, bốc cháy; T396 của Trung Cộng tác xạ không chính xác và bị quay vòng vòng; vì tay lái trúng đạn của Hải Quân Việt Nam Cộng Hòa, Chiếc K274 của Trung Cộng cũng bị trúng đạn, ủi vô bờ.

Hải pháo của Trung Cộng bắn trúng đài chỉ huy của HQ 10. Hạm Trưởng và một số nhân viên bị tử thương…"

Lãm Thúy giật mình, bùng tai, không nghe được gì nữa! Nàng thở dồn dập, mắt mở lớn nhìn trừng trừng vào khoảng không gian bên ngoài cửa sổ như không tin những gì nàng đã nghe!

Sơ Claudine bước về phía Lãm Thúy, ân cần vịn vai nàng:

- Bà cố gắng bình tĩnh. Hãy cho chúng tôi biết, chúng tôi có thể giúp bà được điều gì?

Lãm Thúy mím môi thật chặt, cố nén vào lòng tiếng thét bi thương! Trong khi thần kinh của Lãm Thúy bị chấn động một cách kinh hoàng và tàn bạo thì hình ảnh Oanh Vũ và Hoàng Anh hiện lên. Lãm Thúy nắm chặt hai tay vào nhau một lúc lâu lắm rồi lắp bắp đáp:

- Cảm… cảm… ơn Sơ. Tôi… tôi… sẽ… vượt qua… cơn đau này; vì… vì… con tôi!

- Bà cần đón hai cháu hay không?

- Dạ không. Tôi phải đến Bộ Tư Lệnh Hải Quân để nhờ họ xác định.

- Bà cần người đưa đi hay không? Chúng tôi sẽ có người đưa bà đi.

Lãm Thúy "rơi" vào trạng thái chối bỏ:

- Cảm ơn Sơ. Tôi tự lo được. Nếu có thể, Sơ vui lòng cho tôi gửi chiếc Honda Dame lại đây; vì tôi tự biết, tôi không nên đi bằng Honda hai bánh; hơn nữa, Bộ Tư Lệnh cũng gần đây.

Không đợi Sơ Claudine đáp, Lãm Thúy đi ra cổng, quẹo trái, đi về hướng Hải Quân Công Xưởng. Đến cổng gác – trước khi vào Hải Quân Công Xưởng và bệnh xá Bạch Đằng – Lãm Thúy dừng lại. Anh thủy thủ trong trạm gác hỏi:

- Chị cho biết tên, họ. Chị cần vào khu vực này có chuyện gì?

- Tôi là Quả Phụ Hoàng Sa. Tôi muốn sang Bộ Tư Lệnh Hải Quân để được xác nhận về tin của chồng tôi.

Anh thủy thủ vội đổi cách xưng hô:

- Bà vui lòng chờ chút.

Anh thủy thủ quay điện thoại. Chỉ một chốc, sau khi anh thủy thủ gác điện thoại, Lãm Thúy thấy chiếc Jeep "lùn" từ Hải Quân Công Xưởng chạy đến và ngừng ngay cổng gác. Một sĩ quan Hải Quân bước xuống, chào Lãm Thúy:

- Thưa, có phải bà là Quả Phụ Hoàng Sa không ạ?

Lãm Thúy vừa gật đầu vừa quẹt nước mắt. Vị sĩ quan tiếp:

- Tôi được lệnh đưa xe đến đón bà để đưa bà sang Bộ Tư Lệnh.

Trạng thái chối bỏ lại trở về, Lãm Thúy đáp tỉnh bơ:

- Cảm ơn anh. Nhưng tôi chỉ muốn được một mình đi dọc theo mấy cầu tàu thân thương mà tôi từng đưa tiễn chồng tôi.

- Vâng. Tôi hiểu.

Nhìn theo Lãm Thúy, vị sĩ quan và anh thủy thủ đều thở dài!

Lãm Thúy đi chầm chậm. Ngang qua bệnh xá Bạch Đằng, nàng thầm ước:*"Con xin nguyện sẽ đổi quảng đời còn lại của con chỉ để được thấy Bằng một lần cuối!"* Từng bước chân vô thức đưa Lãm Thúy đi dọc bờ sông. Thấy vài chiến hạm cặp dọc cầu tàu, tự dưng tiếng hát ngân lên âm thầm trong lòng nàng: *"Bến ấy ngày xưa người đi vấn vương biệt ly... Thấy bóng người về hay chăng?..."(6)* Đến cầu Tư Lệnh, Lãm Thúy đứng chơ vơ cạnh cột cờ. Mọi sinh hoạt tại cầu tàu cũng như nơi cổng gác tại Bộ Tư Lệnh đều có vẻ vội vàng, hấp tấp hơn mọi khi; nhưng Lãm Thúy lại cảm thấy hồn nàng trống vắng như một bãi tuyết mênh mông! Nhìn quân nhân Hải Quân vội vã đi về phía hạm kiều, không thể nào Lãm Thúy không nhớ lại "bộ dạng" "dễ ghét" của Bằng vào buổi chia xa cách nay chỉ vài tuần!

Sự chịu đựng dường như đã cạn kiệt và máu trong cơ thể như đã ngưng luân lưu, Lãm Thúy thở mạnh, ôm ngực như sắp quỵ xuống thì tiếng còi vận chuyển từ một trong các chiến hạm vang lên khiến nàng choàng tỉnh.

Chiến hạm ngoài cùng từ từ tách bến.

Lãm Thúy nhìn theo chiến hạm với tất cả niềm thương nhớ. Khi chiến hạm khuất dần trong tầm mắt của nàng, Lãm Thúy hốt hoảng bước nhanh đến gần cầu tàu như không muốn tầm nhìn của nàng bị giới hạn.

Chính lúc ấy, Lãm Thúy tưởng như thấy được Bằng đang đứng nơi cửa đài chỉ huy, vẫy tay tạ từ. Và, từ cõi lòng tan tác của nàng, tiếng hát xưa vọng về: *"... Anh như bóng mây hồng trôi về chốn xa vời, lòng nặng nhớ mong..."(7)* Trong khi tiếng hát xưa vút cao một bác trình như nỗi đau thương đang thét gào: *"...Cố quên sầu thương đi! Anh nguyền đi theo gió, chớ buồn khóc chi, càng khổ người đi..."(8)* thì Lãm Thúy ôm ngực, từ từ… quỵ xuống!...

1-2-3-6-7-8.- Bến Cũ của Anh Việt.
4.-A Steel Guitar And A Glass Of Wine của Paul Anka.
5.- Việt Nam! Việt Nam! của Phạm Duy.

Tâm Nguyện Cá Hồi

Trong cuộc điện đàm viễn liên, nghe Dũng – sống bên Việt Nam – nói "bạo" quá, Túy Hoa ngăn:

- Chị ở bên này, nói gì cũng được; Dũng ở trong tay "người ta", phiền lắm!

- Sợ gì, chị! Sau 30 tháng Tư 75, em đi tù "đã đời" rồi; giờ tù thêm nữa cũng chẳng "nhầm nhò" gì.

- Cậu vẫn "gàn" như xưa. Nè, hồ sơ bảo lãnh gia đình cậu tới đâu rồi?

- Dạ, phỏng vấn rồi, chờ khám sức khỏe nữa là xong.

- Tốt!

- Khoan nói tốt đã, chị!

- Sao vậy?

- Bao nhiêu năm ở tù Cộng Sản, ăn toàn giun/dế/bo bo; mãn tù về ở kinh tế mới, ăn thức ăn nhập cảng của Trung Cộng đầy chất độc. Rồi xảy ra vụ Formosa và mấy khu kỹ nghệ làm giấy của Tàu thải chất độc làm ô nhiễm môi trường nữa thì tỷ lệ dân Việt Nam bị ung thư cao lắm; chưa biết gia đình em có qua được vòng khám sức khỏe hay không!

- Cậu mợ và mấy đứa nhỏ có bị gì không?

- Sao khỏi được, chị!

- Làm thế nào Dũng biết được?

- Bác sĩ ở đây cho biết là bị "yếu" gan, phải chích ngừa.

- "Yếu" gan! Tiếng Việt trong nước bây giờ tôi không hiểu được! Nhưng nếu bệnh chưa phát thì không sao. Chỉ có bệnh hay lây như lao phổi hay AIDS thì ngại Mỹ không nhận. Còn hai đứa con lớn của cậu không hội đủ điều kiện đi Mỹ, phải ở lại Việt Nam, các cháu làm gì để sống?

- Dạ, tụi nó cũng buôn bán, bon chen ở Sài Gòn.

- Tôi tưởng con của cậu học xong đại học cả rồi mà!

- Dạ. Tụi nó xong đại học mà không có thủ tục "đầu tiên" (tiền đâu) thì không công ty nào mướn tụi nó. Xã hội Việt Nam bay giờ là "nhất thân/nhì thế/tam kế/tứ tiền". Bởi vậy, bên này, sáng ra, thạc sĩ/tiến sĩ – con nhà nghèo/không thế lực – ngồi đầy các quán vỉa hè; nhờ vậy, con em buôn bán thức ăn vặt cũng sống qua ngày. Bây giờ ngó vậy mà đỡ hơn thời bao cấp nhiều lắm, chị à!

- Ừ, lúc vừa được Cộng Sản Việt Nam (CSVN) thả về, câu đầu tiên Ba viết trong thư cho chị là: *"Nhờ Trời con thoát được; nếu không có con ở bên đó 'tiếp tế' thì gia đình mình chết hết rồi!"*

Dũng dùng danh từ thân thương – ông Già – mà chị em nàng thường dùng mỗi khi nói về người Cha khổ hạnh:

- Ông Già nói đúng. Nhưng dù thoát chết trong trại cải tạo, thoát chết thời bao cấp thì em đi Mỹ cũng chỉ vì mấy đứa con của em thôi; nếu không vì con em, em không bao giờ rời Việt Nam đâu.

- Cậu tiếc gì nữa một giải đất mà, trước 75, ở ngoài

Bắc, bước ra ngõ thì gặp anh… khùng; sau 75, bước ra ngõ thì gặp quân Tàu Ô?

- Chị à! Bọn lãnh đạo đảng Cộng Sản hèn hạ, ngu dốt thây kệ mẹ nó; còn giải đất này có tội tình gì đâu! Anh Hai, anh Năm và em đã đổ máu vì giải đất này mà! Sau lưng nhà em là nghĩa trang của gia đình mình do chị gửi tiền về xây. Chị nhìn lại tấm hình gia đình mình chụp trước 75, ở Nha Trang, xem – đông kín, cứ ngại máy ảnh không thể lấy hết – bây giờ còn lại được mấy "mống"? Như vậy mà bảo em không thương tiếc dải đất này sao được, chị Hoa!

- Dũng thì như vậy; còn chị, chị không thể sống với kẻ đã đày đọa và tạo nên những cái chết quá dã man, quá tàn khốc cho Cha Mẹ và các em của chị.

- Ông Già chết, vậy mà yên thân chứ ông Già không thể nào sống với bọn dốt nát, khốn nạn, chó má này được đâu!

- Lãnh tụ, cha già, bác của họ làm bồi trên tàu của Tây thì đảng viên cũng phải dốt nát như lãnh tụ, cha già, bác của họ chứ ai có học mà còn tin vào lý thuyết Cộng Sản kỳ quái, lỗi thời đó nữa! Những kẻ dốt nát mà còn trẻ, vì mặc cảm, chỉ muốn "xả thân" để tìm chút hư danh thì có đại tá phi công Cộng Sản Nguyễn văn Bảy nè.

- Đại tá Bảy nào, chị?

Vì đang đọc tin tức online khi Dũng gọi điện thoại, Túy Hoa đáp:

- Để chị đọc cho nghe: Đây, lời giới thiệu về đại tá không quân Cộng Sản tốt nghiệp lớp 3 trường làng: *"Năm 17 tuổi, cụ bị ba mẹ ép cưới vợ. Nhưng vì không muốn lập gia đình sớm, cụ trốn ba mẹ tham gia cách mạng. Đến năm 1960, cụ là một trong số rất ít người được chuyển từ sư* đoàn bộ binh sang không quân, rồi được chọn đi học lái máy bay...

Cụ Nguyễn văn Bảy tâm sự: *"Cái hồi được tuyển tôi cao 1m67, nặng chưa đầy 70 kg. Gia đình nông dân nghèo rách khổ nên nằm mơ tôi cũng không dám nghĩ là mình được đi học lái máy bay. Hồi ấy, để được học lái máy bay, ít nhất cũng phải xong lớp 10/10 (tương đương lớp 12 hiện nay), trong khi tôi mới học tới lớp 3.*

Vì vậy, đúng vỏn vẹn một tuần học văn hóa theo phương châm "cần gì học đó", tôi hoàn thành 7 lớp học còn lại...(1)

- Chị sao thiệt thà quá! Người Cộng Sản chỉ cần học đủ để đọc được chữ và con số trên đồng tiền thôi!

- Có lẽ Dũng nói đúng. Qua trường hợp đại tá Bảy, chị nghĩ, đa số những người miền Nam trốn theo Việt Cộng là những thành phần bất mãn chứ có phải vì lòng yêu nước thương dân gì đâu!

- Cộng Sản mà thương ai, chị! Sĩ quan Không Quân của CSVN học tới lớp 3, hèn gì Thủ Tướng Nguyễn Xuân Phúc đi họp hội nghị thượng đỉnh, lúc lãnh tụ các nước nắm tay nhau trước khi bế mạc hội nghị thì Thủ Tướng Phúc – vì không hiểu tiếng Anh/tiếng Pháp – nhe răng, cười, đưa tay lên, vẫy chào! Năm 1975, bộ đội cụ Hồ, sau khi cưỡng chiếm được Sài Gòn, tịch thu nhà cửa của "Ngụy", ngang nhiên nuôi cá trong bồn cầu; khi tò mò, đụng vào nút giật nước, nước rút, cá bị hút theo, mấy chàng CSVN nhảy "tưng tưng" chửi om lên là "Ngụy" gian manh, xảo trá, lừa đảo!

- Đất nước, con người, xã hội như thế mà cậu không muốn lìa xa, tại sao?

- Từ sau 30-04-75 đến nay, đối với em, cuộc đời này

không còn ý nghĩa gì nữa. Em chỉ mong đưa được các con em thoát khỏi cái xã hội thoái hóa, khốn nạn này thôi. Còn mảnh đất này đã thắm máu của em, của hai ông anh của em và cũng đã "ôm trọn" thân xác Cha Mẹ, anh em của em, em không thể lìa xa! Em sống thì sao cũng được; nhưng chết, em phải trở về!

- Trở về để sống với kẻ thù à?

- Không! Tụi CSVN làm gì kệ mẹ tụi nó! Em chỉ muốn trở về để, trước khi nhắm mắt lìa đời, em được tạ tội với giải đất mà – vì tình hình chính trị thế giới – những người lính như em đã không còn đạn để bảo vệ lâu hơn!

- Thôi, Dũng đã làm hết khả năng của Dũng rồi, đừng mặc cảm nữa. À, không nhớ chị đọc ở đâu mà có người định nghĩa Cộng Sản là cộng tất cả tài sản của nhân dân rồi chia đều cho đảng viên!

- Chính xác!

- Thôi, nói chuyện khác đi, cậu.

- Chị không biết em ở tù lâu là vì cái miệng của em chứ không phải vì cấp bậc của em sao?

- Cậu thì "ruột để ngoài da", tính thẳng "như ruột ngựa", ai mà không biết. Nè, cháu Luận – con nuôi của Dũng – bị kẹt lại, làm nghề gì để nuôi vợ con của cháu?

- Thằng Luận tội lắm, chị à! Hồi em đi cải tạo, một mình nó vừa đi học vừa mót củi, mót khoai bán để phụ với vợ em đi thăm nuôi em.

- Cậu ở phải thì gặp phải. Người bạn chuyển cho tôi hai câu trích từ kinh Thánh, thâm thúy lắm: *"He who is kind to the poor lends to the Lord, And he will reward him for what he has done."* (2)

- Lúc đó em chỉ hành động theo trái tim và bản năng

của một người được giáo dục và đào tạo trong một xã hội đầy nhân bản và đạo lý chứ em không đủ thì giờ để nghĩ đến sự đền đáp sau này.

- Ừ, xã hội chị em mình lớn lên – trước 30-04-75 – "đợt sống mới" có, "ca-ve" có, gái bán "bars" có; nhưng giá trị của người phụ nữ Việt Nam chưa bao giờ bị hạ thấp như bây giờ! Bây giờ, phụ nữ Việt Nam thấy người ngoại quốc hoặc Việt kiều là "xáp" đến làm quen. Sau câu chào hỏi là câu: *"Anh lập gia đình chưa?"* Nếu chàng nào đáp "chưa" thì kể như chàng đó không thể nào dứt cô ta ra được! Còn đội tuyển U23 Việt Nam chỉ mới thắng một trận đấu thể thao mà mấy cô ả đứng trên xe Honda hai bánh – ngay giữa phố đông người – cởi tuốt luốt!

- Chính xác luôn! Cũng nhờ sự giáo dục ở học đường và một xã hội với nền đạo đức cao – trước 30-04-75 – cho nên sau này mới có những phụ nữ chung thủy, tảo tần nuôi chồng trong tù, nuôi con ở kinh tế mới và biết bao thiếu phụ vẫn hy sinh đời họ cho chồng bị tàn phế trong cuộc chiến.

- Tôi phục những phụ nữ vượt đèo vượt suối thăm nuôi chồng cải tạo và tôi cũng phục vợ của quý vị Thương Binh V.N.C.H., một đời gắn bó với người chồng không toàn vẹn của họ.

***

Tại bệnh viện Orange Coast Medical Center, thấy Dũng ăn được, có vẻ tỉnh táo hơn mấy ngày qua, Túy Hoa đưa vấn đề đã "làm bà mất ngủ" ra hỏi lại Dũng:

- Cậu suy nghĩ kỹ về quyết định của cậu chưa?

- Dạ, ký rồi, chị.

- Biết bao nhiêu người trên thế giới – ngay cả người CSVN, Cộng Sản Tàu, Cộng Sản Nga – đều ước mơ được sang Mỹ để sống hoặc chữa bệnh; vì vấn đề y tế ở Mỹ tiến bộ nhiều hơn những nước văn minh khác. Vậy mà cậu đã sang đây, lại cương quyết đi về. Tôi không hiểu được!

- Đời người chỉ có hạn thôi, mình không thể sống mãi; vậy thì, khi bác sĩ đã "bó tay" em còn chờ gì nữa?

- Nhưng cậu ở lại đây bác sĩ có thể kéo dài đời sống của cậu.

- Kéo dài thêm vài ba tháng, một năm trong đau đớn thì kéo dài làm gì, chị?

- Con người chỉ có một đời để sống. Tôi theo đạo Phật, tin vào luân hồi, sống đạo đức theo lời Phật dạy; nhưng tôi thà sống cuộc đời này hơn là được hứa hẹn một đời sau mà tôi không biết sẽ ra sao!

- Em cũng rất thực tế giống chị. Nhưng em khác chị ở chỗ, em chỉ muốn thân xác em được chôn nơi quê nhà, cạnh Ba Má và những người ruột thịt của em.

Túy Hoa im lặng, không biết có nên cho Dũng biết tình hình "lộn xộn" bên Việt Nam trong mấy tuần qua để Dũng thay đổi quyết định của chàng hay không. Bất ngờ vợ của Dũng hỏi:

- Chị Hoa! Mấy tuần nay em nghe radio tiếng Việt nói tình hình bên Việt Nam "lộn xộn" lắm mà em không biết sự thật như thế nào. Em ngại, nếu tình hình bên Việt Nam vẫn không thay đổi thì khi anh Dũng trở về …

Vợ Dũng chưa dứt lời đã bị Dũng cắt ngang:

- Tình hình bên đó "lộn xộn" như thế nào anh cũng không cần biết. Anh chỉ muốn được nằm trong lòng Đất Mẹ thôi.

Vợ Dũng im lặng, nhìn Túy Hoa như ngầm hỏi ý kiến. Túy Hoa giải thích cho cả hai:

- Ba yếu điểm quân sự và chiến lược cuối cùng là Vân Đồn, Bắc Vân Phong và Phú Quốc cũng đã bị Cộng Sản Việt Nam cho Trung Cộng thuê đến 99 năm! Mấy tuần nay bên Việt Nam biểu tình rầm rộ lắm!

Dũng trợn mắt, há mồm, hất mền như muốn ngồi bật giậy – nhưng bị vợ lấy tay ấn vai, đành phải nằm xuống – giọng đầy tức giận:

- Mẹ nó! Chỉ còn cái "mã Cha của nó" mà nó cũng bán cho Tàu, Trời! Vậy mà em có biết gì đâu!

- Cậu có biết thì cậu – cũng như tôi – chỉ khóc thầm chứ làm gì được! Chỉ tội là bên Việt Nam, người ta biểu tình rầm rộ, liên miên và nhiều người bị công an bắt, đánh đập rất tàn nhẫn.

Dũng ngạc nhiên:

- Dân Việt Nam "ngậm miệng" mấy mươi năm mà nay dám biểu tình chống Cộng Sản; vậy là tụi Cộng Sản tới số rồi!

- Chị cũng không ngờ! Họ biểu tình dưới mọi hình thức. Khí thế người Việt trong nước nổi lên chống Cộng Sản rất cao.

- Trời, "hết sảy"! Nghe như vậy em lại càng cương quyết trở về.

- Cậu trở về cũng đâu làm gì được! Thôi, chị nghĩ Dũng cũng chẳng nên biết thêm về mấy chuyện bên Việt Nam; hãy cố tịnh dưỡng vì căn bệnh của Dũng.

- Ở đâu trên trái đất này thì em không cần biết chứ bất cứ điều gì xảy tại Việt Nam em cũng đều muốn biết – vì giải đất hình chữ S đó đã thấm máu của em và máu của hai ông anh của em. Nghe đồng bào bên Việt Nam nổi lên chống lại tụi Cộng Sản, em "phái" (khoái) sao đâu! Ước chi em được về Việt Nam ngay bây giờ!

- Dù có mặt tại Việt Nam vào thời điểm này, cậu cũng không thể làm gì được – vì cậu không còn như trước nữa – hãy tự giới hạn mình!

- Không được! Tình hình bên Việt Nam như vậy em lại càng muốn về gấp.

- Cậu về để làm gì? Với tình trạng thể chất như cậu bây giờ, cậu hãy nghĩ đến cậu và gia đình của cậu.

- Không được! Em muốn về để thấy tận mắt, để được hít thở cái không khí hào hùng của người Việt dám vùng lên chống lại đảng cướp Cộng Sản Việt Nam; được như vậy rồi thì dù em có "lăn quay" ra chết ngay em cũng "dzui", chị à!

Túy Hoa xoay sang vợ của Dũng, hỏi:

- Mợ và các cháu nghĩ như thế nào về quyết định của Dũng?

Vợ của Dũng vừa thút thít vừa đáp:

- Dạ, anh Dũng muốn như vậy thì em và các cháu cũng làm theo tâm nguyện cuối cùng của anh ấy chứ biết làm sao, chị!

Túy Hoa nói lên tâm trạng của bà:

- Ai cũng muốn trở về quê nhà vào cuối đời. Nhưng – sau khi về thăm, thấy rõ bộ mặt thật của một xã hội sa đọa, tồi tệ từ văn hóa đến đạo đức – tôi sẽ không bao giờ về Việt Nam khi thứ người gốc "răng hô mã tấu" còn cai trị và gót giày của quân Tàu Ô còn dẫm trên Quê Hương tôi.

Dũng đáp:

- Đó là ý riêng của chị. Còn em, em muốn được nằm trong lòng đất nước mà em đã được sinh ra và lớn lên để cùng bạn bè trang lứa đổ máu, gìn giữ phần đất đó suốt bao nhiêu năm dài!...

Dũng vừa nói ngang đây thì con của Dũng bước vào mà quên tắt iPhone. Giọng hát của Michael Buble nghe văng vẳng: " ... *Let me go home. I'm just too far from where you are. I wanna come home...*"(3) Túy Hoa và vợ của Dũng cùng khoát tay, bảo cô bé tắt iPhone. Dũng cười, tiếp:

- Đừng, để em nghe. Lời ca của bài này hợp với ý em quá! Chị chơi nhạc, vậy chị biết tựa bài này không, chị Hoa?

Nhíu mày lắng nghe thêm một đoạn nữa, Túy Hoa đáp:

- Biết. Tựa đề là I Want To Go Home.

- Đúng ý em quá! Chị nhờ mấy cháu thâu bài này cho em, được không, chị?

- Okay.

Dũng vừa im lặng lắng nghe vừa lim dim đôi mắt. Không hiểu tiếng hát, lời ca của Michael Buble hay là liều lượng của thuốc giảm đau đã giúp Dũng vượt thoát nỗi đau của chàng mà Dũng cảm thấy tâm hồn chàng lâng lâng, thơ thới, thanh thảng, nhẹ tênh, rồi vút cao như những cánh diều mà ngày còn bé Dũng rất yêu thích.

Ngày còn bé, sau lần đầu tiên biết thả diều, Dũng đòi Ba làm cho Dũng chiếc diều bằng giấy màu. Thấy Ba và Dũng ngồi bệt trên sàn nhà, cắt cắt, dán dán, Túy Hoa đến:

- Sao Ba chỉ làm diều cho Dũng mà Ba "hỏng" làm diều cho con? Con "hỏng" chịu đâu!

Ba đáp:

- Con là chị, con phải tập tính tự lập. Con muốn làm diều thì ngồi xuống đây, nhìn Ba làm rồi học hỏi, tự làm lấy.

Nếu sự dạy dỗ của Ba thời chị em của Dũng còn bé đã giúp Túy Hoa trở thành một phụ nữ có tinh thần tự lập cao thì – sau này – quân trường Thủ Đức và quân trường Đồng Đế cũng đã rèn luyện Dũng trở thành một sĩ quan can trường, đảm lược. Có thể nói, với khẩu hiệu "Biệt Động Quân, 'sát'!" dấu giày của Dũng đã in trên nền đất khắp bốn vùng Chiến Thuật.

Bất cứ cuộc đụng trận nào trên mỗi vùng Chiến Thuật cũng đều lưu lại trong lòng Dũng những kỷ niệm khó quên. Khi thì hiệu thính viên tử trận, lúc thì thuộc cấp bị thương, đôi khi chính Dũng bị thương. Có khi cả đơn vị của chàng được trực thăng vận, nhảy ngay trên đầu địch, phải áp dụng chiến thuật cận chiến – mà lúc bé đi xem xi-nê cùng gia đình, thấy người Da Đỏ và người Mỹ "xáp trận" chị em của Dũng thường gọi là đánh "xáp lá cà!"

Sau nhiều trận đánh "xáp lá cà" Dũng vẫn "không hề hấn gì". Nhưng một lần về phép, đi dạo phố, Dũng thấy một em bé đánh giày, khuôn mặt hom hem, quần áo rách rưới, một tay xách thùng đồ nghề đánh giày, tay kia xách chiếc giỏ đi chợ cũ, không biết đựng gì bên trong, đi đến gần nhóm quân nhân Hoa Kỳ đang đứng đợi tại bến xe buýt – chỉ dành riêng cho quân nhân Hoa Kỳ – rồi chỉ chỉ vào chiếc giỏ đi chợ. Thấy chú bé nghèo, vài quân nhân Mỹ lấy kẹo tặng cho chú bé. Dĩ nhiên, không thể nào nhóm quân nhân Hoa Kỳ này có thể hiểu chú bé cần gì.

Khi đi ngang nhóm quân nhân Hoa Kỳ và chú bé, Dũng thấy chú bé nhìn Dũng bằng ánh mắt như van xin, cầu khẩn. Dũng dừng lại, cười thân thiện với các quân nhân Mỹ rồi khom xuống hỏi chú bé:

- Em cần gì, nói đi, tôi dịch giùm cho.

Đứa bé quay lui, chỉ tay về góc phố:

- Mấy chú đằng kia biểu con đem cái này đến bán cho mấy "thằng" Mỹ này thì họ sẽ cho con nhiều tiền, mà con không biết sao để nói.

Đã biết những trò Việt Cộng lợi dụng sự ngây thơ của trẻ em để khủng bố, Dũng vừa chụp chiếc giỏ đi chợ từ tay chú bé – với mục đích vất chiếc giỏ ra xa – vừa hét lớn bằng tiếng Anh: *"Nằm xuống!"* thì tiếng nổ lớn phát ra! Vì tiếng nổ phát ra khi chiếc giỏ vẫn còn trong tay chú bé và tay của Dũng, cho nên, đứa bé chết không toàn thây! Dũng bị thương nơi tay, mặt và bụng; vài quân nhân Mỹ cũng bị thương! Tất cả được đưa đến bệnh viện Hoa Kỳ điều trị.

Suốt thời gian điều trị, Dũng cứ thầm buồn vì chàng đã không thể nhanh hơn một tý nữa để cứu đứa bé trai vô tội!

Đứa bé trai đánh giày, Dũng không cứu được. Nhưng, trên đường triệt thoái khỏi Cao Nguyên, tháng 3 năm 1975 – trong sự hủy hoại toàn diện và tàn bạo do trọng pháo của CSVN nả xối xả vào đoàn dân quân di tản – đơn vị của Dũng là một trong các đơn vị Biệt Động Quân được lệnh "đóng chốt" tại Phú Túc để giữ an ninh cho đoàn người di tản đi qua.

Trong cảnh hỗn loạn, tang thương cùng tiếng khóc than tại Phú Túc, Dũng thấy từng nhóm người gục ngã sau mỗi lần đại pháo của Việt Cộng nả liên tục, nả điên cuồng, nả chính xác vào đoàn người đang cố tìm đường sống! Bỗng Dũng giật mình khi thấy, xa xa, một em bé đứng chơ vơ giữa những thân người vừa gục ngã!

Không cần suy nghĩ, Dũng "phóng" nhanh đến, chụp ngang người đứa bé, ôm vào lòng, rồi "phóng" trở về phòng tuyến. Trong cơn hãi hùng, đứa bé chỉ biết hét lên *"Ba! Ba!"* và đưa tay chỉ ra xa, có ý bảo Bố của em còn nằm ngoài kia. Nhưng Dũng đang chạy thục mạng, không thể thấy được ngón tay của đứa bé đang chỉ!

Là một sĩ quan xuất thân khóa 6/68 Trường Sĩ Quan Bộ Binh Thủ Đức, vừa lập gia đình, chưa có con, nghe tiếng *"Ba! Ba!"* từ đứa bé trai, Dũng xúc động tột cùng – vì tưởng rằng đứa bé gọi chàng bằng *"Ba"*!

Đến phòng tuyến, Dũng vừa khom người, muốn để đứa bé xuống đất thì đứa bé khóc lớn, cong hai chân lại, không chịu đứng xuống. Dũng đành ngồi xuống, dỗ dành đứa bé. Đứa bé bớt khóc. Dũng trao đứa bé cho một quân nhân thân tín, bảo:

- Mày lo cho nó giùm tao. "Con" tao đó, mày!

Quay sang đứa bé, Dũng tiếp:

- Chú này sẽ lo cho "con". "Ba" phải chận Việt Cộng để Việt Cộng khỏi làm con sợ, nhen!

Đứa bé vừa gật đầu vừa đưa tay quẹt nước mắt.

Sau nhiều cuộc giao tranh dữ dội giữa Biệt Động Quân và CSVN quanh Phú Túc, Công Binh đã thực hiện xong cầu và phà dã chiến để đoàn người và xe vượt qua sông Phú Túc.

Khi đơn vị về đến tuyến phòng thủ Cung Sơn, lửa đạn hơi lắng dịu, Dũng mới có cơ hội ôm đứa bé trai vào lòng một lần nữa, rồi hỏi:

- Con tên gì?

- Dạ, con tên Lụm.

- Lụm mấy tuổi?

- Con tên Lụm, hỏng phải lụm.

- Lụm mà không phải lụm thì tên con là gì?

Đứa bé vừa đưa tay lượm vỏ đạn trên nền đất vừa nhìn Dũng, đáp:

- Dạ, Lụm như lụm cái này nè.

- A, con tên Lượm, phải không?

Lượm gật gật đầu trong tiếng cười vô tư của nhóm lính trẻ. Dũng lại hỏi Lượm:

- "Ba" đặt "con" tên Luận, "con" chịu không?

Luận không đáp, vói hai tay ôm cổ Dũng, muốn nép mặt sát vào má Dũng, nhưng vì cấn cái nón sắt của Dũng, Luận đành nghiêng mặt lên vai Dũng!...

Nhớ lại hình ảnh thân thương xa xưa, tự dưng khuôn mặt của Dũng trông tươi tắn và môi Dũng như đang mỉm cười. Cả gia đình chưa kịp mừng thì bác sĩ Becker bước vào. Túy Hoa đứng lên:

- Chào bác sĩ! Tôi là chị của Dũng. Tôi muốn hỏi thăm bác sĩ xem tình trạng bệnh lý của Dũng có thể kéo dài được bao lâu?

- Không lâu đâu!

- Thưa bác sĩ, cách đây khoảng một năm, trước khi được Sở Di Trú Hoa Kỳ cho phép nhập cư, Dũng đã khám sức khỏe tại Việt Nam, mọi điều tốt đẹp. Tại sao chỉ chưa được một năm sau, căn bệnh lại hoành hành đến độ tàn khốc như vậy?

- Tôi không thể giải đáp câu hỏi của bà; vì tôi không phải là bác sĩ đã khám nghiệm cho ông Dũng Nguyễn bên Việt Nam cách nay khoảng một năm.

- Dũng muốn về lại Việt Nam trước khi chết. Bác sĩ nghĩ Dũng còn đủ sức để về Việt Nam hay không?

- Tôi phải xem lại hồ sơ bệnh lý và tất cả thí nghiệm của ông Nguyễn trước khi tôi trả lời câu hỏi của bà.

- Nếu sau khi xem lại tất cả thí nghiệm và hồ sơ bệnh lý của em tôi và ông quyết định là em tôi có thể trở về Việt Nam, xin ông vui lòng cho chứng từ hợp pháp để em tôi không bị rắc rối tại phi trường. Được không ạ?

- Vâng. Tôi có thể làm điều đó; đồng thời tôi cũng kèm theo tất cả hồ sơ bệnh lý và kết quả thí nghiệm của ông Nguyễn; nhỡ nửa đường, ông Nguyễn gặp trở ngại về sức khỏe, phi cơ phải đáp khẩn cấp xuống một nước nào đó thì bác sĩ nước đó chỉ cần đọc hồ sơ tôi gửi kèm, khỏi phải làm thí nghiệm, mất thì giờ.

- Thành thật đa tạ bác sĩ.

- Không có chi. Tôi sẽ trở lại sau khi hoàn tất giấy tờ cần thiết để ông Nguyễn rời Hoa Kỳ.

Bác sĩ Becker vừa quay gót ra đến cửa, Túy Hoa chợt nhớ, vội bước theo:

- Bác sĩ Becker! Tôi muốn nhờ bác sĩ cho toa để chúng tôi mua thêm thuốc giảm đau tại Mỹ cho em tôi đem về Việt Nam dùng.

- Về Việt Nam bác sĩ bên đó sẽ cho toa. Bà khỏi lo.

- Thưa bác sĩ, nói ra điều này tôi cảm thấy xấu hổ, nhưng đây là sự thật.

- Bà cứ nói.

- Bên Việt Nam, bác sĩ tốt nghiệp trước 1975 đa số đều di tản khỏi Việt Nam; số còn lại thì nay cũng già rồi. Còn bác sĩ tốt nghiệp tại Việt Nam sau 1975, tôi không tin tưởng. Thuốc bên Việt Nam chỉ là thuốc giả hoặc thuốc trộn bột gạo, được nhập cảng từ Trung Cộng. Xin bác sĩ làm ơn giúp cho em tôi để những ngày cuối đời em tôi đỡ bị vật vả trong cơn đau.

Bác sĩ Becker nhíu mày một giây rồi đáp:

- Vâng. Tôi sẽ làm theo yêu cầu của bà.

***

Từ cửa sổ của chiếc Boeing đồ sộ, Dũng cứ mãi hoài nhìn về hướng mặt trời lặn như chờ đợi, như mong ngóng một điều gì! Suốt đường bay dài, Dũng phải dùng thức ăn, thức uống vì cần uống thuốc giảm đau chứ thật ra Dũng không cảm thấy đói – vì lòng Dũng tràn ngập niềm vui và sự yêu thương diệu vợi kể từ khi xe lăn đẩy chàng qua được cổng an ninh của phi trường Los Angeles.

Khi chiếc Boeing từ từ hạ thấp ở cao độ vừa phải, Dũng thấy – xa xa, cuối tầm mắt mờ đục của chàng – từng lượn sóng trắng xóa đang ve vuốt những bờ cát mịn màng của Quê Mẹ thân yêu. Chợt nhớ đến iPod Túy Hoa tặng chàng hôm qua, Dũng vội lấy ra, gắn earphones vào tai rồi nhấn nút play.

Vợ của Dũng – ngồi ghế bên cạnh – nhìn sang, thấy gương mặt của Dũng tươi hẳn lên và Dũng cười. Nàng nắm tay Dũng, siết chặt. Vừa khi đó, vợ của Dũng nghe Dũng hát nho nhỏ, khàn khàn theo giọng ca của ai đó từ iPod: *"... I gotta go home. Let me go home. It will be all right. I'll be home tonight. I'm coming back home."(4)*

<hr>

1.- Thy Huệ. Báo điện tử VTC News.
2.- Ông V.C. Phạm chuyển.
3&4.- I Want To Go Home của Charles Brown

Thương Anh "Cán Ngố"

Vừa chuyển sang Yahoo news, thấy tấm hình đoàn di dân từ Nam Mỹ hướng về Hoa Kỳ đang lội bì bỏm trong dòng sông Suchiate, bà Liên ngồi lặng yên; nhưng trong tâm tưởng của bà, hình ảnh từng đoàn người đói khổ, rách rưới, tàn tạ dắt díu nhau đi tìm đất sống – vào thập niên 40 – trong "vùng giải phóng" lại hiện về!

Thập niên 40, bà Liên chỉ là đứa bé con, không thể nào hiểu được tại sao ông Thông – Bố của bé Liên – lại hãnh diện, tự hào để cùng nhiều thanh niên trí thức miền Nam đưa gia đình "thoát ly" đời sống đầy tiện nghi ở thành phố, trốn ra "bưng", tham gia Việt Minh để chống Tây! Không thể nào bé Liên hiểu và có thể nhớ được cuộc khởi hành đầy phiêu lưu, vô định của gia đình; nhưng bé Liên lại nhớ cảnh hãi hùng khi thấy cầu, đường cái quan, đường xe lửa đều bị Việt Minh phá hủy và nhà cửa, xóm làng của dân cũng đều bị Việt Minh san bằng!

Vì xóm làng/nhà cửa không còn, đồng bào phải đi tìm đất sống. Đó là lý do lúc nào cũng có nhiều đoàn người nheo nhóc, bồng bế nhau đi bộ dọc theo đường cái quan loang lở. Các đoàn người tản cư cứ đi hết làng này qua làng khác. Đến bất cứ làng nào đoàn người tản cư cũng chỉ thấy quang cảnh xơ xác, điêu tàn!

Giữa sự điêu tàn gần như toàn diện của thôn làng lại nổi lên mấy khẩu hiệu chói lọi: "Đả đảo thực dân Pháp tàn phá quê hương ta", "Toàn dân hy sinh đánh đuổi thực dân Pháp xâm lược", v.v… Mỗi khi thấy khẩu hiệu như vậy, ông Thông cười "nửa miệng", nói nhỏ với bà Thông:

- Việt Minh đúng là thứ vừa ăn cướp vừa la làng.

Thời điểm đó bé Liên chưa có ý niệm gì về địa lý, nhưng khi đoàn người tản cư đến cầu Ông Chừ, bé Liên lại biết mọi người đang hướng về Nha Trang, quê Nội của bé. Lý do bé Liên nghĩ như thế là vì thời gian ông Thông chưa bị thuyên chuyển ra làng Sơn Tịnh – Quảng Ngãi, để nhận nhiệm vụ Trưởng Ban Văn Nghệ Quân Khu V –thỉnh thoảng bé Liên thấy ông Thông, với ánh mắt buồn vời vợi, ngồi trên mỏm đá phía bên nay cầu Ông Chừ (Tuy Hòa), lặng lẽ nhìn về phía bên kia cầu. Bé Liên hỏi:

- Sao Ba buồn quá vậy?

Ông Thông xoa tóc con:

- Ba nhớ bà Nội!

Như chợt nhớ chủ nghĩa "tam vô" do Việt Minh chủ xướng và những lần bị kiểm thảo tư tưởng vì dạy bé Liên-học Pháp văn hoặc dạy bé Liên đàn, hát những tình khúc ướt lệ, ông Thông vội vàng tiếp:

- Con! Con đừng nói lại với ai, nhen, con!

- Dạ, con biết rồi.

Nhớ lại hình ảnh đói khổ, cơ hàn trong "vùng giải phóng" ngày xưa rồi nhìn quanh quán bún bò trước căn nhà lụp xụp của bà bây giờ – nơi vùng kinh tế mới, sau năm 1975 – bà Liên nhận thấy cuộc sống sau năm 1975 cũng chẳng khác chi cuộc sống cơ hàn trong "vùng giải phóng" khi xưa!

Khi xưa, cơ cực nhưng gia đình sum vầy; bây giờ, ông Thông bị tù tại trại tù Nghĩa Phú về "tội" Trưởng Ty Nội An Thị Xã Cam Ranh; Sơn– em của bà Liên – bị giam ở trại tù A-30 về "tội" sĩ quan "Ngụy"; bà Thông qua đời vì bệnh ruột thừa nhưng vì chồng là "Ngụy", bác sĩ không chịu giải phẫu; em trai kế của Sơn phải vượt biên để khỏi thi hành "nghĩa vụ quân sự" bên Cao Miên; và ông Long, chồng của bà Liên, bị đưa ra Bắc vì có "nợ máu" với nhân dân!

Mỗi khi nghĩ đến ông Long, không thể nào bà Liên không nhớ lại thời gian ông phục vụ tại các đơn vị tác chiến Hải Quân. Là đơn vị trưởng, ông Long phải có ám từ truyền tin; ông chọn Langdon làm ám hiệu.

Nếu ông Long gan dạ, cứng rắn bao nhiêu thì bà Liên lại ủy mỵ, lãng mạn bấy nhiêu. Vì tâm hồn rất nhạy cảm và cũng vì tiếp xúc với âm nhạc từ bé, cho nên, khi phải trực diện với bất cứ tình huống nào, trong hồn của bà Liên cũng trỗi dậy dòng nhạc thể hiện được tâm trạng của bà vào thời khắc đó. Vì vậy, đang thương nhớ chồng, bà Liên chợt nhận ra tình khúc Tell Laura I Love Her của Ray Peterson đang ngân lên trong hồn. Bà Liên "ngân nga" nho nhỏ và đổi túc từ cho phù hợp với tâm trạng của bà: "…Tell Langdon I love him. Tell Langdon I need him. Tell Langdon not to cry. My love for him will never die…" Vừa "ngân nga" đến đây, bà Liên cảm thấy thương nhớ luôn cả những đơn vị mà ông Long đã phục vụ.

Thời gian ông Long phục vụ tại Vùng I Duyên Hải, mỗi lần đến Tiên Sa thăm chồng, nhìn thành phố Đà Nẵng lung linh trong ánh đèn, bà Liên tưởng như cả muôn vàn vì sao đang hội tụ trong thành phố thân yêu.

Ngày trước, Đà Nẵng lung linh, huyền hoặc bao nhiêu thì tháng 03 năm 1975 – sau khi phải "nhận" không biết bao nhiêu đợt đại pháo của cộng sản Việt Nam (CSVN) – Đà Nẵng quằn quại bấy nhiêu! Cuối cùng, Đà Nẵng tan hoan! Đà Nẵng chỉ còn xác người, máu và nước mắt!

Sau thời gian dài sống trong cảnh cơ hàn ở vùng kinh tế mới, bà Liên vui mừng khi hay tin Đà Nẵng hồi sinh.

Nhưng, từ khi có laptop – do người em trai bên Mỹ gửi tặng – bà Liên đọc được tin nhiều phố Tàu đã "mọc" lên ngay trung tâm thành phố và dọc theo các bờ biển trong vịnh Đà Nẵng thì bà Liên buồn quá đỗi; vì bà Liên hiểu rằng: Những cứ điểm quân sự/chiến lược quan trọng của Việt Nam tại Đà Nẵng đã "rơi" vào tay Trung Cộng!

Nỗi buồn chưa nguôi, bà Liên lại đọc được tin trên news.zing.vn. Theo bài tường thuật của Đoàn Nguyên, Ngọc Minh: Gần 10 nhà cao tầng đã được xây dựng ở Đà Nẵng, khiến khả năng phòng thủ, tấn công của sân bay Nước Mặn bị tê liệt!... Thiếu tướng cộng sản Trần Minh Hùng – nguyên Phó tư lệnh Quân khu 5 – cũng lo lắng, xác nhận: "Đây là vấn đề hết sức nguy hiểm, vì sân bay này là nơi tác chiến phòng thủ của các đơn vị quân đội".

Tại khách sạn cũng như các khu phố Tàu, họ đem người Tàu – nhập cảnh vào Việt Nam không cần Visa – sang Việt Nam làm công cho họ; rồi từ bản hiệu, quảng cáo, hóa đơn đều in chữ Tàu; nhiều cửa hàng lại ngang nhiên không tiếp người Việt Nam, v.v… thì bà Liên khóc!

Thì ra, người và đảng CSVN quyết tâm tận diệt người cùng dòng máu, cùng ngôn ngữ ở miền Nam chỉ với mực đích đưa người Trung cộng vào Việt Nam để đồng hóa người Việt Nam! Niềm oán hận đối với những người đã và đang đày đọa gia đình của bà và đưa toàn nước Việt Nam vào thời bao cấp rồi bán từng phần đất nước cho Trung cộng vừa dâng lên thì một anh công an cầm cái soon nhỏ, bước vào quán. Bà Liên hỏi:

- Dạ, anh cần chi?

- Bác bán cho tôi năm tô bún. Mua nhiều thế bác có cho thêm thịt thà gì không?

- Dạ, tôi sẽ thêm một miếng giò heo hầm.

- Ôi, Giời! Mua năm tô mà chỉ thêm có một miếng giò "nợn" thì về chia thế ".éo" nào được! Ai ăn, ai nhịn?

Nghĩ đến cảnh gia đình mình, một thẻo thịt heo cũng không dám ăn, chỉ để bán, lấy tiền mua gạo và bo bo, bà Liên than:

- Rất tiếc! Tôi không thể cho thêm mỗi tô một miếng giò heo; nhưng tôi sẽ cho thêm mỗi tô một lác chả cá, thay vì miếng dò heo. Được không, anh?

- Ôi Giời! Buôn bán gì mà keo kiệt thế! Ngoài Bắc heo chạy từng đàn, chả ai thèm ăn; chỉ có người trong này mới xem miếng ăn to bằng… cái nhà!

Bà Liên cúi mặt, im lặng làm năm tô bún. Khi thấy bà Liên chỉ bỏ thêm năm miếng chả cá, anh công an sừng sộ:

- Này! Này! Buôn bán thế hả?

- Dạ, sao ạ?

- Còn miếng giò "nợn" "núc" nãy hứa tại sao không

cho vào? Quán này có giấy phép, môn bài hay không mà dám "nường gạc" công an nhân dân, hả?

Biết anh công an nói ngược để đòi thêm, bà Liên nén nước mắt, múc miếng giò heo cho vào soon của anh ta. Bưng soon bún, trước khi quay đi, anh ta còn "tặng" bà Liên một câu nữa:

- Ông mà tìm ra quán bún nào khác thì ông "éo" thèm "chở nại"!

Từ sự tủi thân, dư âm của một bài hát thời kháng chiến vọng về. Bà Liên vừa quẹt nước mắt vừa "ngân nga" nho nhỏ: "Đây quán bên đường, mái khói lên chạnh nỗi lòng. Đây quán bên đường, chờ mong khách qua đường thương…" Vừa "ngân nga" đến đây, niềm phẫn uất về tình trạng đất nước hiện tại lại dâng lên, bà Liên đổi lời ca mấy chữ cuối câu:"…. Nếp quán xinh xinh, thương anh 'cán ngố' ra đi cướp nước… để tặng cho Tàu…."(1) Vừa "ngân nga" đến đây, bà Liên chợt nhận ra ông Tùng – cán bộ hồi hưu ở ngoài Bắc, sau khi vợ chết, được người con trai mời vào sống với gia đình cậu ấy và trở thành khách thường xuyên của bà Liên – đứng cạnh gốc cây me tây từ bao giờ. Lòng thầm lo, không biết ông Tùng đã nghe mấy chữ cuối hay không, bà Liên tỏ vẻ thân thiện:

- Dạ, ông khỏe không? Một tô bún đặc biệt như thường lệ, phải không ạ?

- Vâng. Hôm nay lạnh, vắng khách, nhỉ!

- Dạ, thời tiết lạnh mà ai cũng lo mua sắm Tết cho nên ế quá!

- Thế bà đã mua quà Tết xong chưa?

- Trời! Tôi mà có tiền mua quà Tết thì Mẹ con tôi đâu phải bán bún bò! Còn ông?

- Con tôi biếu tôi cái "ai pát, ai piết" (iPad) gì đó; tôi học cách xử dụng mà muốn điên cái đầu!

- Ông xử dụng được chưa?

- Biết sơ sơ để đọc tin tức tiếng Việt thôi chứ không được như bà.

Bà Liên chuyển đề tài:

- Mời ông dùng bún. Biết ông thích huyết heo, hôm nay tôi thêm cho ông một miếng đấy.

- Bà khéo thế, thảo nào quanh đây ai cũng nói tốt về bà.

- Dạ, họ thương thì họ nói vậy chứ tôi cũng chẳng khác gì những phụ nữ lam lũ quanh đây. Mời ông dùng kẻo nguội.

Vừa trộn tô bún, mùi ớt bột, mùi mắm ruốc, mùi sả, mùi thị bò, mùi giò heo hầm tỏa ra làm cho dịch vị của ông Tùng tiết ra rất nhiều; nhưng ông Tùng cố gắng gắp từng miếng nhỏ, ăn chậm rãi để tỏ ra ông cũng lịch sự như người miền Nam chứ ông không "húp xùm xụp" như người miền Bắc 75.

Hồi mới vào Nam – bổn tính hay khoe – ông Tùng muốn mọi người gọi ông là cán bộ cho oai. Nhưng, chỉ sau một thời gian ngắn, nhận ra được sự ghẻ lạnh của mọi người và ông Tùng nghe loáng thoáng nhiều người gọi cán bộ là "cán ngố" thì ông chối bỏ danh từ cán bộ.

Thế mà lúc nãy lại nghe bà Liên hát một câu trong bài ca thời chống Pháp và bà Liên cũng dùng danh từ "cán ngố", ông Tùng vừa ăn chầm chậm vừa tìm cách gợi chuyện:

- Biết bà cũng khá lâu mà chưa được nói chuyện nhiều với bà, tôi muốn hỏi thăm bà một điều, được không ạ?

- Dạ, được chứ.

- Câu bà hát lúc nãy có phải từ một bài ca thời kháng chiến hay không?

Nghi là tai họa sắp đến, bà Lan tìm cách làm cho vấn đề nhẹ đi:

- Tôi nghe ai hát đâu đó rồi bắt chước hát theo; vậy mà ông biết bài đó sáng tác vào thời kháng chiến. Tài thiệt!

- Thời kháng chiến, ở Quân Khu V, có một gia đình trong Nam theo kháng chiến. Ông bà ấy tên gì tôi chả nhớ; chỉ nhớ đứa con gái của ông bà ấy còn bé xíu mà ca hát suốt ngày; con bé ấy thường hát bài này khi chị em nó ngồi cạnh quán nước và cái hầm tròn để dễ nhảy xuống hầm khi máy bay đến.

Bà Liên mất bình tĩnh, nhưng vẫn cố đưa đẩy câu chuyện để ông Tùng khỏi nghi:

- Vậy à?

- Về sau, nghe tin gia đình con bé ấy hồi cư tôi cũng hơi buồn.

- Tại sao ông lại buồn?

- Thời ấy tôi là liên lạc viên của Quân Khu V. Công văn đến/công văn đi/ "lệnh lạc" gì tôi cũng chu toàn cho nên ông Bố của con bé ấy thương tôi lắm. Thương tôi mà trốn đi lại không cho tôi đi cùng, thế bảo sao không buồn!

Dù chẳng nhớ được liên lạc viên tại Quân Khu V là ai, bà Liên cũng chuyển tài:

- Thôi, chuyện xưa rồi, ông buồn làm chi.

- Không những tôi buồn mà tôi còn lo nữa cơ; vì không biết gia đình con bé ấy có thoát nanh vuốt của bọn chúng hay không!

- Nanh vuốt của bọn nào, thưa ông?

- Thì bọn Việt Minh chứ bọn nào!

- Trời đất! Ông là cựu đảng viên, cựu cán bộ mà lại nói như vậy? Ông không sợ à?

- Sợ gì? Tôi chỉ còn cái mạng quê này chứ còn gì mà sợ!

- Thôi, ông Tùng ơi! Ông không sợ nhưng tôi sợ lắm!

Ông Tùng chưa kịp nói gì thì một cô khách trẻ bước vào:

- Lạnh "wá"! Cô cho em tô bún thiệt cay, nhen!

Trong khi hai phụ nữ nói chuyện nho nhỏ, ông Tùng nhìn con đường nhựa, lòng nhớ lại chuyến xe đò xuyên Việt đầu đời đã đưa ông từ Hải Phòng vào Nam.

Xe qua bất cứ thành phố nào ông Tùng cũng thấy nhiều và rất nhiều cơ xưởng đồ sộ và nhà cao tầng, mới xây, trông rất "hoành tráng". Lúc xe chạy dọc bờ biển, ông Tùng lại thấy khách sạn cao nghệu được xây san sát bên nhau; ra khỏi thành phố thì nhà cửa lại xập xệ, tiêu điều, tàn tạ như thời ông ở Quảng Ngãi.

Hỏi chàng "lơ" xe, ông Tùng mới biết các cơ xưởng "khổng lồ" và khách sạn dọc các bờ biển là của Trung cộng; những tòa nhà "hoành tráng" là của cán bộ cao cấp CSVN; những vùng điêu tàn là vùng kinh tế mới dành cho gia đình của "Ngụy quân, Nguy quyền" sống.

Xe chạy đến Đà Nẵng, vô tình nhìn về hướng Tiên Sa, lòng ông Tùng chợt chùng thấp; vì ông nhớ lại thời gian ông và người bà con bị Biệt Hải của Hải Quân Việt Nam Cộng Hòa bắt trong vùng biển Hải Phòng, khi ông theo người bà con đi câu.

Sau khi bị bắt, ông Tùng rất lo sợ, vì ông nghĩ sẽ bị "Ngụy" giết ngay. Không ngờ, ông và người bà con được giải giao về Làng Kiểu Mẫu Thế Giới Tự Do bên Cù Lao Chàm, sống chung với các "đồng chí" của ông – đã bị bắt trước ông. Ông Tùng, người bà con của ông, cũng như các "đồng chí" của ông đều được đối xử tử tế, ăn uống sung sướng và mỗi ngày được "Ngụy" giảng dạy về đời sống, thái độ sống trong thế giới văn minh.

Sự văn minh của "Ngụy" không bao giờ ông Tùng có thể thấy được trong tập thể bộ đội, đảng viên của CSVN. Đó là "Ngụy" thường nói "cảm ơn", "xin lỗi" và ông Tùng "phục lăn" sĩ quan "Ngụy"; vì họ không những nói mà còn hát tiếng "nước ngoài"!

Ông Tùng nhớ mãi buổi chiều, sau giờ "học tập", ông Tùng cùng các "đồng chí" của ông đang được giải giao về hướng khu vực dành riêng thì nghe thiếu úy "Ngụy" vừa đi cạnh toán tù vừa "gật gù" vừa hát nho nho *"... Cause I love you so. Don't ever leave me. Say you'll never go...I will always want you for my sweet heart. No matter what you do. Oh! Carol, I'm so in love with you!"* (2) Không nghe thiếu úy hát tiếp, ông Tùng hỏi:

- Ơ kìa, anh đang hát nghe vui đáo để mà sao lại ngưng?

Thiếu úy cười:

- Bài hát tới đó là hết, biểu tui hỏng ngưng sao được!

Nhận thấy thiếu úy có vẻ vui tính, dễ dãi, ông Tùng nói rất nhỏ:

- Anh! Anh cho tôi hỏi thăm chút, được không?

Thiếu úy cười:

- Vâng, anh cứ nói.

- Nghe nói, sau thời gian học tập, chúng tôi sẽ được phóng thích trở ra Bắc, phải không, anh?

- Vâng. Đúng, để các anh truyền lại cho đồng bào miền Bắc và bộ đội cụ Hồ về những điều các anh đã biết, nghe và thấy tại miền Nam.

Ông Tùng cảm thấy ớn lạnh ở sóng lưng! Thời chưa bị bắt, ông Tùng biết rõ: "Thằng" tù miền Bắc nào được "Ngụy" thả về lại miền Bắc cũng – không trước thì sau – sẽ bị đảng và người CSVN thủ tiêu, chết không biết nguyên nhân!

Vì sợ sẽ bị các "đồng chí" thủ tiêu, đến lượt được tha để trở về Bắc, ông Tùng xin ở lại với "Ngụy"; nhưng không được chấp thuận. Cũng may, khi trở về Bắc, ông Tùng được một người bà con bên vợ – có "thế lực" trong hợp tác xã – "bao che" cho nên ông còn sống đến bây giờ...

Dòng ý tưởng của ông Tùng vừa đến đây, tiếng cô khách hàng đưa ông trở về thực tại:

- Em "dìa", nhen, cô. Mai mốt em ra ăn nữa.

- Cảm ơn em.

Tiếng ông Tùng:

- Đấy, ai cũng thích ăn bún của bà; bà sẽ giàu lên mấy hồi.

Đoán có lẽ ông Tùng bất mãn điều gì với CSVN, bà Liên nói lên sự thật:

- Sau 1975, người giàu lên thì chỉ có đảng viên và những nhân vật cao cấp của đảng CSVN thôi, ông à!

Con trai của ông Tùng cũng là đảng viên đảng CSVN, nhưng cuộc sống chỉ hơn cuộc sống của vợ con của "Ngụy" tý đỉnh, nhờ cậu ta biết "mánh mung"; nhưng sau khi "mánh mung" cậu ta cũng phải nộp cho cấp trên khá nhiều thì mới có thể phục vụ tại đơn vị đó. Ông Tùng nói ra nỗi xót xa trong lòng.

- Đảng CSVN thoát thân từ những bà Mẹ quê lam lũ, những anh chị nông dân ít học, các dân tộc thiểu số. Nhưng, khi mục tiêu "thống nhất" đạt được rồi thì chính thành phần nông dân lam lũ, các bà Mẹ quê và các bộ lạc dân tộc thiểu số bị "đá đít" trước nhất. Ai đời, con cháu của người thiểu số đi học mà phải "đu giây" hoặc được bỏ vào bao ny-long rồi Bố kéo qua sông, qua suối! Nhân dân vào bệnh viện thì cứ hai bệnh nhân nằm chung một giường; người thân thăm nuôi phải nằm dưới gầm giường của người bệnh hoặc dọc hành lang hay ngoài sân bệnh viện! Còn tiền thuế của dân thì đảng CSVN dùng để xây tượng đài!

- Ông Tùng ơi! Sao hôm nay ông nói nhiều điều… dễ sợ quá!

- Sợ gì? Dân Việt Nam mình thiếu anh hùng hay sao mà xây tượng "thằng" Lenin, "thằng" Phi-đeo (Fidel Castro)? Bà biết tại sao CSVN thích tạo ra những đồ án lớn như dựng tượng đài hay không?

Biết, nhưng bà Liên lại lắc đầu. Ông Tùng tiếp:

- Bà vào "gú gồ", tìm vietnamnet.vn, bà sẽ thấy bài Tượng Đài Và Chuyện "Bát Cơm" Của Nhiều Người. Trong bài ấy có câu đại ý như thế này: "… Nhân vụ việc bức 'Tượng Đài Chiến Thắng' ở Bắc Cạn bị gãy đổ ta mới biết bức tượng chỉ có giá 2 tỷ trong toàn bộ công trình 14 tỷ. Đó là thông tin do chính ông Hoàng Văn Trường, Giám đốc Sở Văn Hóa, Thể thao, Du lịch Bắc Cạn cho dư luận biết qua báo chí…" Thế thì 12 tỷ sai biệt "chạy" vào túi ai? Còn Tổng Bí Thư Nguyễn Phú Trọng – sau khi "no nê", của cải giấu kỹ ở "nước ngoài" – xoay ra tố tham nhũng để lấy tiếng. Ông Trọng củng cố "uy tín" chính trị vừa xong thì Chủ Tịch nước Trần Đại Quang "lăn" ra chết! Thế là Tổng Bí Thư Nguyễn Phú Trọng "nhà ta" kiêm luôn chức Chủ Tịch nước cho "trọn gói"!

- Thôi, thôi, ông Tùng ơi! Ông nói nghe "ghê" quá! Tôi... sợ lắm!

- Bà sợ chuyện chính trị thì để tôi nói chuyện thể thao cho bà nghe, nhé!

- Dạ.

- Bà nghĩ như thế nào về trận đá banh vừa rồi?

- Dạ, tôi ít theo dõi thể thao.

- Giải AFF Su-zu-ki chỉ là một giải vùng Đông Nam Á, chứ đâu phải giải vô địch Á Châu; thế mà "chúng nó" "loạn" lên, cả "rừng" xe gắn máy khuấy động thành phố suốt đêm rồi con trai thì tung cờ, con gái thì cởi áo, chỉ mặc xì-líp "đi bão" rồi hô vang "Tự hào quá Việt Nam"! Tự hào cái quái quỷ gì khi Trung cộng dẫm nát Quê Hương mà tuổi trẻ chỉ biết ăn chơi, bia rượu, đàn điếm? Đúng là một xã hội điên loạn, để che giấu mặc cảm tự ty!

- Tôi ước chi người trẻ dùng năng lực của họ để tiếp tục thực hiện những cuộc biểu tình tuyệt vời như khi CSVN cho Trung cộng thuê ba đặc khu kinh tế Vân Đồn, Bắc Vân Phong và Phú Quốc.

- Vụ biểu tình... "xẹp" rồi! Nhưng gần đây có một người trẻ như bà mong ước.

- Ai vậy, thưa ông?

Ông Tùng lấy Iphone ra, quẹt quẹt vài lần rồi đáp:

- Đây, bà đọc đi. Yêu Sách Tám Điểm Năm 2019 Của Người Dân Việt Nam. Trong bản tin này họ nhắc đến một sinh viên đại học tên Tôn Phi.

Bà Liên sợ, nói tránh đi:

- Dạ, cảm ơn ông. Nhưng mắt tôi kém lắm, đọc không được.

Ông Tùng có vẻ không vui, cất iPhone vào túi rồi nói:

- Sau chuyến xe xuyên Việt đầu đời tôi mới hiểu rằng chúng tôi đã bị lừa!

- Hôm trước ông bảo ông đã theo "cách mạng" từ năm ông 12 tuổi mà sao bây giờ ông nói ông bị lừa?

- Mười hai tuổi biết cái – sắp thốt ra tiếng …".éo" thì ông Tùng vội sửa lại – đếch gì mà theo! Lúc ấy gia đình tôi chuyên nghề nông cả mấy đời ở Quảng Ngãi. Năm đó mất mùa, hàng xóm bảo Ba Mẹ tôi xin cho tôi làm liên lạc viên, mỗi tháng được đảng cấp tám ký gạo lại được mua thực phẩm ở hợp tác xã cho nên tôi mới vào.

- Ông người Bắc mà tại sao gia đình ông mấy đời làm nghề nông ở Quảng Ngãi?

- Năm 1954, "chúng nó" bắt tôi phải đi tập kết; ra ngoài Bắc lấy vợ, sinh con thì nói tiếng Bắc...

Ông Tùng vừa nói ngang đây thì đứa cháu nội đến, gọi ông về. Ông Tùng trả tiền rồi từ giã bà Liên:

- Chào bà, nhá! Ô, quên, cảm ơn bà đã thêm cho tôi miếng huyết heo.

- Dạ, không có chi. Ông là khách quen mà.

Ông Tùng cười, nắm tay đứa cháu, quay đi. Bước chầm chậm trên con đường nhựa loan lổ – như tâm hồn của ông lúc bấy giờ – ông Tùng hồi tưởng lại những gì ông đã thấy trên chuyến xe xuyên Việt mà ông đã đi.

Trong khi ông Tùng thở dài, lòng cay đắng và đầy phẫn uất vì đã nhận ra sự phản bội của đảng CSVN đối với Quê Hương, dân tộc cũng như đối với ông và "đồng chí" của ông thì bà Liên nhìn theo phiến lưng cong và dáng đi khập khễnh của ông – Ông Tùng bị thương tại Hàng Xanh, khi theo đơn vị tiến vào Saigon!

Bà Liên chợt cảm thấy tội nghiệp cho những người như ông Tùng; vì đến gần cuối đời mới nhận ra được bề trái của đảng CSV.N!

1.- Quán Bên Đường của Lê Trọng Nguyễn.
2.-Oh! Carol của Greenfield Howard và Sedaka Neil.

Mục Lục

1. Chia Ly Nghẹn Ngào 5

2. Chiều Tiễn Biệt 23

3. Chiều Xuân Xưa 37

4. Cơn Nước Lũ 53

5. Dáng Xưa 69

6. Dấu Chân Kỷ Niệm 87

7. Đưa Anh Về 105

8. Kỷ Niệm Hội Ngộ Khóa 6/68

 Sĩ Quan Trừ Bị Thủ Đức 123

9. Lời Hứa Bên Sông 137

10. Quả Phụ Hoàng Sa 151

11. Tâm Nguyện Cá Hồi 167

12. Thương Anh Cán Ngố 183